இனியவன் இறந்துவிட்டான்

ஜீ. முருகன்

யாவரும் பப்ளிஷர்ஸ்

The views and opinions expressed in this book are the author's own. The facts contained herein were reported to be true as on the date of publication by the author to the publishers of the book, and the publishers are not in any way liable for their accuracy or veracity.

- இனியவன் இறந்துவிட்டான் ● குறுநாவல் ● ஜீ. முருகன் ©
- முதல் பதிப்பு : செப்டம்பர் 2024
- INIYAVAN IRANTHUVITTAN ● Short Novel ● G. Murugan ©
- First Edition : September 2024
- Pages : 64 ● Price : **Rs. 100/-**
- ISBN: 978-81-977162-4-9

Released by :

M/s. Yaavarum Publishers
24, Shop no - B, S.G.P Naidu Complex,
Dhandeeswaram Bus Stop
Opp: Bharathiar Park
Velachery Main Road
Velachery, Chennai - 600 042
9042461472 / 9940021472
yaavarum.desk@gmail.com
Url : www.yaavarum.com; www.be4books.com

Designed by : G. Murugan

All rights, including professional, amateur, motion pictures, recitation, public reading, broadcasting and the rights of translation into foreign languages are strictly reserved. No part of this book may be reproduced in whole or in part or utilized in any form or by any means electronic or mechanical, including photocopying, recording or by any information storage and retrieval system now known or hereafter invented, without the prior written permission of the author/publisher.

என்னுரை

(ஆதி பதிப்பக வெளியீடாக டிசம்பர் 2009-ல் வெளிந்த இந்த நாவலின் முதல் பதிப்புக்கு எழுதிய முன்னுரை)

இரண்டு கம்யூனிஸ்ட் கட்சிகளும் தங்களது தத்துவங்கள், கொள்கைகள், நடைமுறைகளிலிருந்து மெல்ல விலகி பூர்சுவா கட்சிகளாக மாறி வருவதைக் கவனித்துவரும் வேளையில், சிங்கூர் பிரச்சனையில் மார்க்சிஸ்டுகள் பின்பற்றிய நடைமுறைகள் அக்கட்சி ஒரு பூர்சுவா கட்சியாகவே முழுமையுற்று நின்றதைக் காணமுடிந்தது. தொழில் வளர்ச்சி என்ற மான் தோல் போர்த்தி முதலாளித்துவப் புலியை உள்ளே கொண்டுவர முயன்றது; விவசாயிகளை வஞ்சித்தது; எதிர்ப்புகளை ஆயுதம் கொண்டு ஒடுக்கியது. அறிவுஜீவிகளும் கலைஞர்களும் கண்டிக்கும் வகையில் அதன் செயல்பாடுகள் இருந்தன. இந்தத் தலைகீழ் மாற்றத்தைக் கண்டு பலரும் அதிர்ந்தனர். கம்யூனிஸத்தின் மீதான நம்பிக்கை இன்னும் வடிந்தது.

அதேபோல சற்று நம்பிக்கைத் தருவதாக இருந்த என் சமூகம் சார்ந்த ஒரு கட்சி, நெருங்கிச் சென்று பார்த்தபோது, அது

அதிகாரத்தின் சீழ்வடியும் புண்களை அலங்காரமாகச் சூடி நின்றது. அது அறிவை, கலைகளை தன் அதிகாரத்தை நோக்கிய விழைவுக்குச் சாதகமாக்க முயன்றுகொண்டிருந்தது. ஒழுக்கத்தைப் போதிக்க முயன்றது. இந்த முயற்சிக்கான ஆதரவாளர்களையே தன் அருகே நெருங்கி வரச் செய்தது. மற்றவர்களை எல்லையிலேயே இனம் கண்டு திருப்பி அனுப்பிக்கொண்டிருந்தது. திரும்பி வந்தவர்களில் ஒருவனாக இருந்தபோது, அதனுள் இருந்து செயல்படுவது என்ற என் முடிவுக்காக வருந்தினேன். இதுநாள் வரை நான் சேர்த்து வைத்த அறிவும், உறுதியும், நுண்பார்வையும் நொறுங்கிப் போக ஏன் அனுமதித்தோம் என வெட்கினேன். 'காட்டுப்பாதையில் வழி தவறாதவர்கள் யார்? இதற்காக வெட்கப்படத் தேவையில்லை. அதுதான் திரும்பிவந்துவிட்டீர்களே' என்ற நண்பர்களின் கூற்றே ஆறுதலாக இருந்தது.

இந்த இரண்டு அனுபவங்களும் என்னுள் கலந்து தோற்றுவித்த உணர்வுக் கோலங்களை ஒரு நாவலாக உருமாற்ற வேண்டும் என்ற எண்ணம் தோன்றியது. மேலும் புதிய பொருளாதார மண்டலங்கள், நில ஆக்கிரமிப்பு, நிலத்தை இழந்து நிற்கும் விவசாயிகளின் நிலை, இழப்பீடாகப் பெற்ற பணம் அவர்களுடைய வாழ்க்கையைச் சீரழித்த விதம் எல்லாமே நாவலின் களமாக வாழ்வின் உருவங்களாக எனக்குள் விரியத் தொடங்கியது. உருப்பெற்று வந்தது ஒரு தொழிற்சாலையின் வருகை என்ற நிகழ்வு, அதனால் உருவாகும் எதிர்வினைகள், எதிர் நிலைகள்; இப்படி யோசித்துக்கொண்டிருந்த காலத்தில்தான், இணைய தளத்தில் 'ரோபோ டாக்' பற்றி படிக்க நேர்ந்தது. பலவகையான ரோபோ டாக்குகளைப் பற்றிய விவரங்கள் இணைய தளத்தில் கிடைத்தன. வீட்டு வேலைக்கானவையாக, செல்லப் பிராணியாக, போர்க்களத்தில் எதிரிகளின் நிலைகளை வேவு

பார்ப்பவையாக. இந்த அதிர்ச்சித் தகவல்களே ரோபோ டாக் தொழிற்சாலை வருகையாக பரிமாணம் கொண்டது.

ஆனால் நான் எண்ணியிருந்ததுபோல பெரிய நாவலாக உரு கொள்ளவேண்டிய இக்களம் ஒரு குறுநாவலாக ஆனதற்கு இதை எழுதத் தொடங்கிய காலத்திலிருந்த மனநிலையே காரணம் எனலாம். அது என்னைப் பரந்துபட்ட அளவில் கொண்டு போக அனுமதிக்கவில்லை. நான் வெளியே கால்வைத்து உலாவ முற்பட்டபோதெல்லாம், போதும் வா என்று உள்ளே அழைத்துக்கொண்டது.

இக்கதையை இந்த வடிவத்தில் எழுதி முடித்த பிறகுதான் இன்னும் சில காலம் காத்திருந்து இதை எழுதியிருக்கலாமோ எனத் தோன்றியது. ஆனால் காலத்தில் விஷயங்கள் வீரியமிழந்தும், சாரமற்றும் போகுமென்பதால் எழுதாமல் போவதற்கான வாய்ப்புகளும் அதிகம் உள்ளதே!

ஜீ. முருகன்

29.12.2009

1

மாலை நேரம். இருள் கவிந்துகொண்டு வந்தது. அவனுக்கு வலது பக்கத்தில் கட்டடங்களுக்குப் பின்னே செந்நிற வானம். அதில் மேகங்கள் விஷேஷமாகக் கூடியிருந்தன. மிருகங்களெல்லாம் ஒன்று கூடி ஒரு வெட்ட வெளியில் படுத்துறங்குவது போன்ற காட்சி. அசைவது தெரியாத அசைவு. உருமாற்றம். அவன் கனவில் வரும் ஆகாயகுதிரை அந்தக் கூட்டத்திலிருந்து புறப்பட்டு வருகிறதாக இருக்கலாம். இந்த விநோதம் அவனை ஈர்த்தது.

குண்டும் குழியுமான தெருவில் புரட்சி நடந்து கொண்டிருக் கிறான். அவனுக்கு முன்னே நாய் போய்க் கொண்டிருக்கிறது. தெருவிளக்குகள் எரியத்தொடங்கியிருந்தன. எல்லாக் கோடைகால மாலையும் போன்று, இதமான காற்றால் அவன் தழுவப்பட்டான். பகல் நேர மூளை பிசைவிலிருந்து மூன்று விஷயங்கள் அவனை ஆறுதல்படுத்தி வந்தன. மாலை நேரக் காற்று, கவுண்டர் ஒயின்ஸ், காதலி.

அவன் வேலை பார்த்த எலக்ட்ரானிக்ஸ் ஷாப்பிலிருந்து வந்ததும் கை, கால் கழுவிக்கொண்டு, அவனுடைய குட்டி நண்பனை சந்தித்துவிட்டு, நடக்கத் தொடங்குவான். இச்சந்தர்ப்பத்துக்காகவே காத்திருந்தது போல மணி அவனோடு சேர்ந்துகொள்ளும்.

இந்தக் கடைத்தெருவில் உள்ள வியாபாரிகளைப் போலவோ, நகைத் தொழில் செய்பவர்களைப் போலவோ, தறி நெய்பவர்களைப் போலவோ, விவசாயிகளைப் போலவோ இல்லை அவன். காவியத் தன்மை கொண்ட ஒரு பாத்திரம். அப்படித்தான் தன்னை எப்போதும் அவன் உணர்ந்து வந்திருக்கிறான். இந்தச் சராசரி மனிதர்களின் நலனில் அக்கறை கொண்ட, அவர்களின் மீட்சிக்காகப் போராடி வரும் ஒரு கதாநாயகன் புரட்சி. அவன் கையில் துப்பாக்கி இருந்த காலத்தில்தான் இந்த நம்பிக்கை திடமாக அவனிடம் படிந்தது. இப்போது அந்த உணர்வு மெல்லக் கரைந்துகொண்டு வருகிறதா என்ன?

இப்படி இந்த நகரத் தெருக்களில் நடந்துகொண்டிருக்கும் போது திடீரென்று தான் ஒரு பீட்டர்ஸ்பர்க் வீதியில் நடந்துகொண்டிருப்பது போன்ற எண்ணம் வரும் அவனுக்கு. தனது இளமைப் பருவத்தை பனி பொழிவுமிக்க அந்த நகரங்களிலும், மலைப் பிரதேசங்களிலும், ஸ்தெப்பி வெளிகளிலும் கழித்துவிட்டு வந்திருப்பது போன்று மன மயக்கம். ஆனால் சமீபத்தில் எல்லாம் மங்கிக்கொண்டு வந்தன. அவன் மனதில் துயரம் சேர்ந்துவிட்டிருந்தது. ஏதோ ஒரு பீதி உணர்வு அவனை மட்டுமல்லாது அந்த நகரத்தின் மீதே படிந்துவிட்டது போன்ற ஒரு எண்ணம். அதை உறுதிப்படுத்துவது போல இனியவனின் மரணம். அவன் மரணம் மேலும் அவனைத் தனிமைப்படுத்தி அச்சத்தில் ஆழ்த்துவதாக இருந்தது. தற்கொலை பற்றி வேறுவித அபிப்பிராயம் அவனுக்குத் தேவைப்பட்டது.

அவன் தனக்குள் கேட்டுக்கொள்கிறான், அவனுக்கு என்னவிதமான மதிப்பை அளித்திருக்கிறது இந்தத் தற்கொலை?

அவனுக்கு சரியாக விளங்கவில்லை.

ஆனால் தற்கொலை இரண்டாக பிளவுபட்டிருக்கிறது. பாம்பின் நாக்கு போல. எதிரிகளிடம் சரணடையாமல் இருப்பதற்காக தேர்ந்தெடுப்பது ஒன்று. அது போராட்டத்தின் ஒரு அங்கம். குடும்பப் பிரச்சினையால் தேர்ந்தெடுப்பது மற்றொன்று, அபத்தமான மரணம்.

இதில் இனியனுக்கு இரண்டாவது வாய்ப்புதான்.

அவன் தனக்கு முன் போய்க்கொண்டிருந்த மணியிடம் கேட்டான், "மாண்புமிகு மணி அவர்களே, நேற்று எங்கே போயிருந்தீர்கள்? உங்களிடம் ஒரு முக்கியமான ஒரு விஷயத்தைச் சொல்லவேண்டும் என்று எதிர்பார்த்தேன்." அவன் குரல் கேட்டு நின்றது.

அவன் தொடர்ந்தான், "என் நண்பன் இறந்துவிட்டான். இந்தக் கோடை காலம் அவன் மரணத்தையும் கூட்டிக்கொண்டு வந்திருக்கிறது. நேற்று சவ ஊர்வலத்தின் போது எல்லோருமே சோர்ந்து போனார்கள். வாட்டி எடுத்துவிட்டது வெயில். வெக்கையும், வேர்வையும், அலுப்பூட்டும் பார்வைகளும்.

"பொழுது சாயக் காத்திருந்திருக்கலாம். யாருக்கும் பொறுமையில்லை. சடங்குகளை முடித்துவிட்டுக் கிளம்பும் அவசரம். மண்ணுக்குள் போகும் போதுகூட இதமான உணர்வுகள் அவனைச் சூழ்ந்திருக்கவில்லை. அவனுடைய மனைவி, மகன், அவன் மாமனார், மாமியார், அவனுடைய சகோதரன் எல்லாம் அந்த சடங்கின் போது இருந்தார்கள். ஒரு வயோதிகனின் மரணத்துக்காகக் காத்திருந்தது போல அவர்கள் காத்திருந்தார்களா? மாண்புமிகு மணி அவர்களே எனக்கு எதுவும் விளங்கவில்லை.

"நீண்ட நாட்கள் கழித்து அவனை அந்த ஒயின்ஸில்தான் சந்தித்தேன். அவனோடு சேர்ந்து இயக்கத்தில் பணியாற்றிய காலத்தில் எந்தச் சந்தர்ப்பத்திலும் அவன் குடித்ததில்லை. இயக்கத்தை முழுதாக அவன் நம்பினான். அதையே இறுதி வழியாக அவன் தேர்ந்தெடுத்திருந்தான். எங்களோடு இணைந்து பணியாற்றுவதற்கான அத்தனை துணிச்சலையும் ஆரம்பம் முதலே அவன் கொண்டிருந்தான்.

"இரண்டு மூன்று முறை அவன் வீட்டுக்குப் போயிருக்கிறேன். அவன் மனைவிதான் கதவைத் திறப்பாள். என்னைக் கண்டதும் எதுவும் சொல்லாமல் உள்ளே போய்விடுவாள். அவன் வந்து உள்ளே அழைத்துக்கொண்டு போவான். குடும்பங்களைப் பொறுத்தவரை நாங்கள் எல்லாம் பேய் பிசாசுகள் போலத்தான்.

"தொடர்ந்த தோல்விகளால் இயக்கம் ஒரு நம்பிக்கையற்ற நிலையை எட்டியபோதுதான் சில உண்மைகள் புலப்பட்டன. நம் குடும்பமே நம்மை வெறுக்கும் நிலை இருக்கும் போது, இயக்கத்துக்கு எப்படிச் சராசரி மனிதர்களின் ஆதரவு கிடைக்கும்?

"யாருக்காக நாம் போராடுகிறோமோ அவர்களே நம்மை புரிந்துகொள்ளாத போது, நம்மைக் கண்டு அச்சப்படும் போது எப்படி நமக்குப் பாதுகாப்பு கிடைக்கும்? தங்களது நிலை என்னவென்றோ, தங்களுக்கு எப்படிப்பட்ட வாழ்க்கை வேண்டுமென்றோ, என்னத் தேவை என்றோ தெரியாதவர்களுக்கு எதைப் பெற்றுத்தர நாம் போராடிக்கொண்டிருக்கிறோம்?

"உண்மையில் எதிரிகள் என்று நாங்கள் சுட்டிக்காட்டிய வர்களிடத்தில் எல்லாம் தங்களைத்தான் அவர்கள் கண்டார்கள். அந்த வசதி படைத்த மனிதர்கள்தான், தந்திரக்காரர்கள்தான்

அவர்களின் இலக்கு. அவர்களின் வசதி குறித்துதான் அவர்களுக்கு பொறாமை. நாங்கள் விரும்பியது போல மாற வேண்டுமானால் அவர்கள் தங்களுக்கு எதிராகவே திரும்ப வேண்டி இருந்தது.

“தன்னையே ஒருவன் மறுதளிக்க வேண்டுமானால் அவனுக்கு தெளிவும் ஞானமும் வேண்டும். ‘எங்கள் கண்களைத் திறந்தீர்கள்’ என்று சொல்லி ஒரு நாளும் அவர்கள் மாறப் போவதில்லை. அதை எங்களால் என்றைக்கும் செய்ய முடியாது என்பது தெளிவாகத் தெரிந்தது. எங்களுடைய பேச்சுகளும், நாங்கள் நடத்திய பத்திரிகைகளும் அவர்களை ஈர்க்கும் விதமாக இல்லை. நாங்கள் பாடும் போதும், நடிக்கும் போதும் கேளிக்கை என்றே பார்த்து ரசித்தார்கள். சினிமா கதாநாயகர்கள் பேசும் புரட்சி வசனங்களால் பரவசமடைந்து, திரையரங்கை விட்டு வெளியே வந்ததும் எல்லாவற்றையும் மறந்துவிட்டு வெளி உலகத்தின் நடைமுறைகளோடு கலந்துவிடுவது போல, எங்கள் நாடகம் முடிந்ததும் தங்கள் வீடுகளிலும், அலுவல்களிலும் அவர்கள் கரைந்து போனார்கள்.

“எதையும் யோசிக்க முடியாத அளவுக்கு அவர்களை சுற்றியுள்ள நிகழ்வுகள் கரைபுரண்டு ஓடிக்கொண்டிருக்கின்றன. அங்கே அவன் மனைவி மக்கள் அவன் மீட்சிக்காக காத்திருக்கிறார்கள். விரைந்தோடும் உலக நாகரீகத்துக்கு ஈடுகொடுக்கவே தங்களை ஒப்புக்கொடுத்துவிட்டவர்கள் அவர்கள். நம்மைத் திரும்பிப் பார்க்கவோ, பேச்சை கேட்கவோ அவர்களுக்கு நேரம் இல்லை. நம்மை வேடிக்கை பார்க்கத் தொடங்கினால் அவர்களைத் தாண்டி எல்லாம் போய்விடுமோ என்ற அச்சம் பீடித்திருக்கிறது. இந்த அச்சத்திலிருந்து விலகி எங்களோடு சேரவேண்டுமானால் துணிவு வேண்டும். அதனால் விளையக்கூடிய வீழ்ச்சிகளை தாங்கிக்கொள்ளும்

பக்குவம் வேண்டும். தோல்வி, அவமானம், கசப்பு, கேலி எல்லாவற்றையும் தாங்கிக்கொள்ளத் தயாராகவேண்டும்.

"யார் வருவார்கள்? வெற்றி பெற்ற 'மாதிரி மனிதர்கள்' அவர்களின் பக்கத்து வீட்டிலும், எதிர் வீட்டிலும் சகல சௌகர்யங்களோடு வாழும் போது, பரதேசி போல எதையோ படித்து, எதையோ பேசி, நம்பிக்கையற்ற ஆசைகளோடு, ரகசியமாக நடமாடும் மனிதர்களாக ஆக எப்படி அவர்கள் சம்மதிப்பார்கள்? போலீஸ், விசாரணை, சித்தரவதை, சிறை; இந்த தியாகம் எதற்காக? யாருக்காக? இதை மதிக்காத மனிதர்களுக்காக நாம் ஏன் ரத்தம் சிந்த வேண்டும்?

"போலீஸின் தேடுதல் வேட்டை, காட்டிக்கொடுத்த துரோகம், கைது, சித்ரவதை இவையெல்லாம் சேர்ந்துத்தான் இயக்கத்திலிருந்து பலரை வெளியே தள்ளியது. என்னைப் போல நிறைய பேர் வெளியேறிக்கொண்டிருந்தார்கள். தங்கள் குடும்பத்தோடு சேர்ந்துகொண்டார்கள். தொழில் செய்தார்கள். சிலர் தாங்கள் செய்த பாவத்துக்கு பரிகாரம் தேடுவது போல தெய்வ உருவங்களுக்கு முன் மண்டியிட்டார்கள்.

"இனியவன் இந்த சமரசத்தை ஏற்கவில்லை. அவன் தனி ஆளாகிவிட்டிருந்தான். இயக்கத்தை கலைத்து விட்டு எல்லாம் ரகசியமாக ஜனத்திரளுக்குள் கரைந்து போயிருந்தார்கள். அவன் உடைந்து போனான். அவனைப் பெரும் துயரம் வந்து சூழ்ந்தது. அவனுடைய மனைவி ஏதோ ஒரு நர்ஸரிப் பள்ளியில் வேலை பார்த்து குடும்பத்தை நடத்திக்கொண்டிருந்தாள். அது போதவில்லை. வீட்டின் பேரில் அதிக கடன்பட்டிருந்தான். வீட்டை விற்றுவிட்டதாகவும், அதனால் அவனுடை மனைவி தகராறு செய்துகொண்டு, மகனுடன் தன் தாய் வீட்டுக்கு போய்விட்டதாகவும் தோழர்கள் சொன்னார்கள். நேற்று முன்தினம் கவுண்டர் ஒயின்ஸில் அவன் சொன்னான்,

இன்னும் ஒரு வாரத்துக்குள் அந்த வீட்டை காலி செய்து தரவேண்டுமாம். கிராமத்தில் இருந்த நிலத்தில் அவனுக்கு பங்கு இல்லை. அதற்கு பதிலாகத்தான் இந்த வீடு. பிறகு எங்கு போவான்? என்ன தொழில் செய்வான்? அவன் அழவில்லை. அவன் என்னைவிட இரண்டு மடங்கு குடித்தான். அரை பாட்டில் ஜான் எக்ஸா பிராண்டியை காலி செய்துவிட்டு எனக்கு முன்பாக கிளம்பிப் போனான். கையை என் தோளில் வைத்து அழுத்தி விடைபெற்றான்.

“இரவே இனியவன் தனது வீட்டில் தூக்கிட்டு தற்கொலை செய்துகொண்ட விவரம், வேறொரு தோழர் மூலம் நேற்று காலை எனக்குக் கிடைத்தது. அவனுடைய சடலம் மருத்துவமனைக்கு கொண்டு போகப்பட்டிருந்தது. தற்கொலை வழக்குப் பதிவு செய்யப்பட்டிருந்தது. போலீஸ் விசாரணை, போஸ்ட் மார்டம் எல்லாம் முடிந்து மருத்துவமனையிலிருந்து அவன் பிணத்தைப் வாங்குவதற்கு மதியத்துக்கு மேல் ஆகிவிட்டது. பிணத்தை கிராமத்துக்கு கொண்டு போவார்கள் என்றுதான் எதிர்பார்த்திருந்தேன். ஆனால் அவர்கள் யாருக்கும் இதில் விருப்பமில்லை. இங்கேயே புதைத்துவிடலாம் என்று அவன் அண்ணன் சொன்னான். இனியவனின் நண்பர்கள், உறவினர்கள் எல்லாம் சேர்த்து இருபத்தைந்து பேருக்குள்தான் இருந்திருப்பார்கள். அவசரமான சடங்குகளுக்குப் பிறகு அவனை புதைத்துவிட்டு வந்தோம். அவன் பிணத்தின் மீது ஒரு சிவப்பு துணி போர்த்தக்கூட அவகாசம் இல்லை. வாட்டி எடுத்த கோடை வெப்பம்தான் அந்த சம்பவங்கள் அப்படி நடக்க காரணமோ என்னவோ. எல்லோரும் எரிச்சலோடும், சங்கடத்தோடுமே காணப்பட்டார்கள்.

“மாண்புமிகு மணி அவர்களே, ‘இனியவன் இறந்துவிட்டான்’ என்ற வாசகம் திரும்பத் திரும்ப என் மனதில் தோன்றி

மறைந்து கொண்டே இருக்கிறது. அது திரும்பத் திரும்ப எதையோ சொல்வது போல இருக்கிறது.

அவனுடைய வாழ்க்கையை அவதானிப்பவர்கள் நிச்சயம் அதை பின்பற்ற தைரியம் கொள்ளமாட்டார்கள். அது ஒரு எச்சரிக்கை. இப்போது என்னால் தெளிவாக புரிந்துகொள்ள முடிகிறது. கனவுகள் முற்றாக வடிந்த பின்னர், இவ்வளவு நாள் மூழ்கி மறைந்து கிடந்தவைகள் வெளிப்படத் தொடங்குகின்றன. அதெல்லாம் முன்பு வீசி எறிந்தவைதான். ஒரு மயக்க நிலையில் அதை வீசி எறிந்தோம். இப்போதுதான் அவை மீண்டும் கண்ணில் படுகின்றன.''

மணி அவனை முந்திக்கொண்டு சற்றே தொலைவில் போய் நின்று திரும்பிப் பார்த்தது. அவன் பேச்சை நிறுத்தினான். அது எதையோ யோசிக்கிறது. அதை மிகைப்படுத்தாமல், துயரத்தையோ சந்தோஷத்தையோ காட்டாமல் இயல்புக்குத் திரும்புகிறது. அவனுக்கு ஒரு விஷயம் புலப்பட்டது. விலங்குகள் தற்கொலை செய்துகொள்வதில்லை. தற்கொலை ஒரு மனிதச் செயல். அது மனிதனை மதிப்படையச் செய்கிறதா, அவமானப்படுத்துகிறதா? அவனுக்கு தெளிவாகத் தெரியவில்லை.

'இனியவனைப் போல நாம் ஏன் தற்கொலை செய்து கொள்ளவில்லை?' இந்தக் கேள்வி இரண்டு நாளாக அவனுக்கு முன் தோன்றி மறைந்துகொண்டே இருந்தது. அவன் மட்டும் ஏன் வாழ்ந்துகொண்டிருக்கிறான்? அவன் தனது இலக்கை அடைந்துவிட்டானா என்ன? இலக்குதான் என்ன?

சமரசம்தான் அவனுடைய பிரச்சினைகளை ஒரு முடிவுக்குக் கொண்டு வந்திருக்கிறது. சந்தேகமில்லை. கனவுகளின் சாம்பலை சிறிது சிறிதாக அவனிலிருந்து அகற்றி

இப்போது சுத்தப்படுத்திக்கொண்டிருக்கிறான். அவன் இப்போது சேர்ந்திருக்கும் கட்சி அவன் வாழ்வதற்கான சில நம்பிக்கைகளை அளித்திருக்கிறது. இங்கு அமையப்போகும் 'ரோபோ டாக் தொழிற்சாலை'யில் அவனுக்கு வேலை நிச்சயம். இவ்வளவு நாள் 'கம்யூனிஸம்' என்ற வார்த்தையை தாங்கிப் பிடித்ததற்கான பலன்.

இது ஒன்றும் மோசமான முடிவாக அவனுக்குத் தோன்ற வில்லை. தனியாக சிந்தித்து செயல்படுத்த பெரிய திட்டம் எதுவும் இல்லாத போது இப்போது அவன் சேர்ந்திருக்கும் கட்சியின் நோக்கம்தான் அவன் நோக்கமும். அவர்களோடு கொடி பிடிக்கவும், கோஷம் போடவும் தயாராகிவிட்டான். ஒரு பெரிய இயந்திரத்தில் ஒரு சின்ன பல்சக்கரமாகவோ, ஒரு பல்லாக இருக்கவோ அவனுக்கு சம்மதம்தான். மற்றவர்களின் விருப்பங்களை மறுதளிப்பதைவிட ஏற்றுக்கொள்வதில்தான் அவர்களை மகிழ்விக்கும் மார்க்கம் ஒலிந்திருக்கிறது. அது கம்யூனிஸ்ட் கட்சியாக இருக்கலாம் அல்லது அவனுடைய குட்டி நண்பனாக இருக்கலாம்.

இன்று அவன் தனது குட்டி நண்பனுக்காக பரிசு ஒன்றை கொடுத்துவிட்டு வந்திருக்கிறான். அது ஒரு ரேடியோ ரிசீவர். தான் வேலை செய்யும் எலக்ட்ரானிக் ஷாப்பில் இதற்காக நேரத்தை ஒதுக்கி அவன் செய்தது. இதற்கு முன் அவனுக்கு ஒரு ரேடியோ டிரேன்ஸ்மிட்டரை பரிசளித்திருக்கிறான். எப்எம் அலைவரிசையில் ஒலி அலைகளை அனுப்பும் அந்த டிரேன்ஸ்மிட்டரை வைத்து, சிறுவன் தங்களது வீட்டு சிடி பிளையரிலிருந்து பாட்டுகளை ஒலிபரப்பிக்கொண்டிருந்தான். அது எங்கிருந்து வருகிறது என்பது தெரியாமாலேயே சிலர் அந்த பாடல்களை தங்களது எப்எம் ரேடியோக்களில் கேட்டுக்கொண்டிருந்தனர். அக்காரியம் அவனை மகிழ்வித்தது.

இந்த ரகசியத்தை யாருக்கும் சொல்லக்கூடாது என சிறுவனுக்கு கட்டளை இட்டிருந்தான். தெரிந்தால் போலீஸ் வந்து பிடித்துக்கொண்டு போய்விடும் என்று எச்சரித்திருந்தான். அது பொம்மை போன்ற சிறு சாதனம்தான். அதை மறைத்து வைப்பதில் சிறுவனுக்கு எந்த சிரமமும் இல்லை. பாடத்தைப் படிக்காமல் வீண் விளையாட்டுகளில் ஈடுபட்டிருப்பதாகச் சொல்லி அவன் அம்மா அவனைத் திட்டினாள். மகனின் இத்தகைய போக்கை அவன்தான் ஊக்குவிக்கிறான் என்று சொல்லி அவனை சந்திக்கும் வேளையில் சற்றே கடிந்துகொண்டாள். படிப்பில் கவனம் இல்லாமல் கரண்ட், ஒயர் என்று விளையாடிக் கொண்டிருக்கிறான்; பயமாக இருக்கிறது என்றாள்.

அதே போன்று இன்னொமொரு சுவராஸ்யமான பரிசுதான் இந்த ரேடியோ ரிசீவர். ரேடியோக்களுக்கென்று சர்வதேச வரம்புகள் அனுமதிக்கும் அலை எண் எல்லைகளை தாண்டிய ஒலி அலைகளை இழுத்துவந்து சேர்க்கப் போகிறது அது. ஸ்டேஷன்களை மாற்றும் ட்யூனர் சக்கரத்தை சற்றே பெரியதாக பொருத்தியிருந்தான். அதனால் துள்ளியமாக நகர்த்தி அந்த ஒலிகளை இழுத்து கொண்டுவர முடியும். 'இது என்ன?' என்று வியப்புடன் கேட்டான் சிறுவன். அதை கையில் வாங்கி இயக்கிக் காட்டினான். அதிலிருந்து விதவிதமான பேச்சுகளும், இசைத் துணுக்குகளும், பாடல்களும், வினோத சப்தங்களும் எழும்பத்தொடங்கின. அவன் சிறுவனிடம், 'இந்த சக்கரத்தை நுட்பமாக திருகிக்கொண்டே இருந்தால், இந்த சாத்தான்கள் எழுப்பும் சப்தங்களுக்கு நடுவே கடவுளின் பேச்சையும் கேட்க முடியும்' என்றான். 'செத்துப்போனவர்களின் குரல்களை கேட்க முடியுமா?' என்று சிறுவன் கேட்டான். இந்த கேள்வியை அவன் எதிர்பார்க்கவில்லை. 'ஓ கேட்குமே' என்றான். 'எங்க டாடியோட குரல் கேட்குமா?.' 'நிச்சயம்

கேட்கும்' என்றான். 'எல்லா இறந்தவர்களின் குரல்களும் கேட்கும்'. அவன் சிறுவனை உற்சாகப்படுத்த பொய் சொன்னான் என்றாலும், 'ஏன் கேட்கக்கூடாது?' என்ற கேள்வியும் உடன் எழுந்தது. ஒருவேளை அது வேறு புரியாத பாஷையில் இருந்தால்? பேச்சாக இல்லாமல் இறைச்சலாக இருந்தால்? தங்களுக்கு விருப்பமானவர்களிடமோ, தன் சாவுக்குக் காரணமானவர்களிடமோ அவர்கள் பேச விரும்பி இப்படி ஒரு சாதனத்தை பயன்படுத்தினால்? ஆனால் இந்த கற்பனைகளை அவனுக்குள் இருந்த பகுத்தறிவு கண்டித்தது. அந்த சிறுவனை முட்டாளாக்காதே என்றது. ஆனால் சிறுவர்களை முட்டாளாக்க முடியுமா என்ன? அவர்கள் முட்டாள்களைப் போல நடிப்பார்களே தவிர முட்டாள்கள் இல்லை. அவர்கள் எல்லாவற்றையும் நுட்பமாக கவனிக்கிறார்கள், ஆயிரம் கேள்விகள் அவர்களுக்குள் இருக்கிறது. இருவருக்குமான ரகசிய உறவு குறித்து தன் மகனுக்குத் தெரியாது என்று அவன் அம்மா நம்புகிறாள். அவனுக்கு எல்லாம் தெரியும் என்பதை கவனித்திருக்கிறான். அதை மறைத்துப் பேசும் தந்திரம் அவனுக்கு எப்படி கைவந்தது?

2

பஜார் வீதியின் நெடி அவன் நாசியை எட்டியது. பூண்டு, வெங்காயத் தோல்கள், வாழைத் தண்டுகள், பாலிதீன் பைகள், தலைசாயம் பூசப்பட்ட மனிதத் தலைகள், அவர்களின் தந்திரமான கூவல்கள் எல்லாம் ஒரு விநோத தன்மையில்

கலந்த கலைவைக்கு நடுவே அவன் நடந்தான். அவனுக்கு எதிரே வழி காட்டியைப் போல போய்க்கொண்டிருந்த மணி சற்றே பின்தங்கியது. நின்று அதை திரும்பிப் பார்த்தான். அந்த சாலையை வெட்டிச்செல்லும் ஒரு குறுக்குப் பாதைக்கு எதிரே நின்று அமானுஷ்யமாக ஏதோ தென்படுவது போல வெறித்துப் பார்த்துக்கொண்டிருந்தது. அவன் கேட்டான், 'அங்கே என்ன?' ஒரு மேதமையுடன் அது பதில் சொல்லாமல் நடந்தது.

அவன் தொடர்ந்து நடந்தான். வீட்டிலிருந்து புறப்பட்டு மதுவிடுதிக்குள் நுழையும் வரை பின்தொடர்ந்து வருவது மணிக்கு வழக்கம். குடியிருப்புகளை கடந்து, மார்க்கெட்டுக்குள் புகுந்து, அந்த ஒயின்ஸ் இருக்கும் இடத்தை அடையவேண்டும். இடைபட்ட தூரம் ஒரு கிலோ மீட்டர் இருக்கும். அது நகரத்தின் முகப்பில் இருந்தது. அவனோ நகரத்தின் கடைகோடியில் வசிக்கிறான். இடைப்பட்ட தூரத்தை வேறு வேறு தெருக்களின் வழியே கடந்து போவான். சில பொழுது முஸ்லிம்கள் அதிகம் வசிக்கும் தெருவில் நடப்பான். சில பொழுது தள்ளு வண்டிக்காரர்களும், கூலித்தொழிலாளர்களும் வசிக்கும் சேரிப்பகுதியில் நடப்பான். சில சமயம் பழைய வீடுகளைக் கொண்ட வாணியக்காரத் தெருவழியே நடப்பான். நாட்டு ஓடுகள் வேயப்பட்ட அந்த கூரைகள், மடிந்து மடிந்து ஒரு வினோதம் கலந்த புராதன வாழ்க்கையை ஞாபகத்துக்கு கொண்டுவரும். வீடுகளின் திண்ணைகளில் அமானுஷ்ய உருவங்கள் அமர்ந்திருப்பது போல காட்சிகள் தோன்றி மறையும். சுரண்டல் சமூகத்தின் வித்து இந்தத் தெருவில் இருப்பது போல அவனுக்கு ஒரு எண்ணம். இன்னும் அந்த கொடிகள் கடைவீதிகளை ஆக்கிரமித்து டில்லிவரை பரவியுள்ளதாக ஒரு நம்பிக்கை.

குடியிருப்புகளின் வழியே போவதில் பல ஆபத்துக்கள் இருந்தன. அவன் கடை வாடிக்கையாளர்கள் யாராவது அவனைப் பார்த்து விசாரிக்கத் தொடங்கிவிடுவார்கள். அவர்களுடைய வழக்கமான குற்றச்சாட்டு, காலணா பொறாத ரிப்பேருக்கெல்லாம் அவனுடைய முதலாளி நூறு, ஆயிரம் பிடுங்கிவிடுகிறார் என்பதுதான். இனி மேல் அவர்களுடைய டிவி பழுதானால் அவனையே வீட்டுக்கு வந்து பார்க்கச் சொல்வார்கள். அவனுடைய செல் நெம்பரைக் கேட்பார்கள். அப்படி தனியாகப் போய்ப் பார்ப்பதை அவன் விரும்பியதில்லை. அப்படி சம்பாதிக்கத் தொடங்கினால் அது அவனை எங்கே கொண்டு சேர்க்கும் என்பது அவனுக்குத் தெரியும். அவன் முதலாளி பணத்தாசை பிடித்த பச்சை மனிதன் என்பதில் சந்தேகமில்லை. ஒரு நாளில் ஒரு கணமாவது அவனை கொல்லவேண்டும் என்ற எண்ணம் தோன்றாமல் போகாது. ஆனால் முதலாளிக்கு அவனைக் குறித்து மரியாதையும் பயமும் இருந்ததினால் கண்ணியமாகவே நடத்தி வந்தான். அவனுக்கென்று நிர்ணயிக்கப்பட்ட தொகையை வஞ்சனை செய்யாமல் கொடுத்துவந்தான். நாட்கள் பிரச்சினை இல்லாமல் நகரந்துகொண்டிருந்தன.

பஜார் வீதியை கடந்தால் ஆற்றுத் தெரு. அங்குதான் இருக்கிறது கவுண்டர் ஒயின்ஸ். ஒயின்ஸுக்குப் பின்னால் ஆற்றின் கரை. ஜன்னல் ஓரம் உட்கார்ந்தால் ஆற்றைப் பார்க்கலாம். கரைகொள்ள நீர் ஓடும்போது, அந்த இடத்தையே அது பெயர்த்துக்கொண்டு போய்விடும் போல் தோன்றும். மலையிலிருந்து இறங்கிவந்த குதூக்கலம் அதனிடம் இருக்கும். மரங்களையும், பாம்புகளையும், பூச்சிகளையும், பிணங்களையும் அது சேர்த்து அடித்து கொண்டு வரும். இந்த ஆறு எப்போதும் வற்றியதில்லை என்று சிலர் சொல்லிக்கொண்டிருக்கிறார்கள். அக்கூற்று உண்மையாகக்

கூட இருக்கலாம். அவனுக்கு நினைவு தெரிந்த நாளிலிருந்து இந்த ஆறு வற்றாமல்தான் ஓடிக்கொண்டிருக்கிறகு. எங்கு மழை பெய்யவில்லையென்றாலும் இந்த மலைப் பகுதியில் மட்டும் பெய்துவிட்டுத்தான் செல்கிறது. தண்ணீர் இல்லை என்று விவசாயம் நின்றதில்லை. ஆற்றில் ஓடும் நீரைப் பற்றியபடி அவர்கள் வாழ்க்கையும் ஓடிக்கொண்டிருக்கிறது. சமவெளிகளில் உள்ள ஊரில் மனிதர்கள் வெளியேறி பெருநகரங்களுக்கு வேலைக்கு செல்வது போல இங்கிருந்து யாரும் போகவில்லை. அப்படி போனவர்கள் எல்லாம் தொழில்நுட்பத்தின் காதலர்கள். இங்கேயே இருந்து, விவசாயத்திலும், வியாபாரத்திலும், சிறுதொழில்களிலும் தன்னை ஈடுபடுத்திக் கொண்டிருக்கிறவர்கள்தான் இந்த நகரத்தின் புத்திரர்கள். விவசாயம் சற்றே நலிந்தாலும் நெசவும், நகை தொழிலும் அவர்களை சோர்வடையச் செய்யவில்லை. பெருநகரங்களுடனான வியாபாரத் தொடர்புகள் அவர்களை உற்சாகப்படுத்திக்கொண்டே இருக்கின்றன.

கடந்த பத்து ஆண்டுகளில் தோன்றி பெருகிக்கொண்டிருந்த இடைத்தரகர்கள்தான் பொருளாதார சமநிலையை குலைத்து விட்டார்கள் என்றது அவனுடைய கம்யூனிஸ்ட் கட்சி. அவர்கள் சொல்வது சரிதான். பேராசை கொண்ட சில விவசாயிகளும், படிப்பில் தோற்றுபோன பணக்கார இளைஞர்களும்தான் இடைத்தரகர்களாக உருமாறிக்கொண்டிருக்கிறார்கள். இவர்களோடு பேராசைகொண்ட பள்ளி ஆசிரியர்களும் சேர்ந்துகொண்டுவிட்டார்கள். இவர்கள்தான் நகரத்தின் வியாபார ஸ்தலங்களை நிறைத்துக்கொண்டிருக்கிறார்கள். மார்வாடிகளோடு போட்டி போட்டுக்கொண்டு அடகுக் கடைகளையும், பைனான்ஸ் கம்பனிகளைத் திறந்ததும் ஆசிரியர்கள்தான். பணத்தாசை அந்த நரத்திலிருந்திலிருந்த ஆசிரியர்களுக்கிடையே ஒரு தொற்று நோய் போல பரவி

யிருந்தது. இந்த நோய் பீடிக்கப்பட்ட முகங்களுடனேயே அவர்கள் வகுப்பறைகளுக்கு சென்று மாணவர்களுக்கு எதிரே நின்றார்கள். பாடம் நடத்துவதை இடையில் நிறுத்திவிட்டு மேஜைக்கு முன் அமர்ந்து ஜோபியிலிருந்த காகிதங்களை எடுத்து கணக்கு போடத் தொடங்கிவிடுவார்கள். கணக்கு வழக்குகள் அதிக சுமையைக் கொடுக்கும்போது வகுப்பறைகளுக்கு போகாமல் ஆசிரியர்களுக்கான ஓய்வறைகளிலேயே தங்கி கணக்கு பார்த்துக்கொண்டிருந்தார்கள்.

இந்த இடைத்தரகர்களிடம் சிக்கி சீரழிந்து கடன் சுமைக்கு ஆட்பட்ட விவசாயிகள்தான் ரோபோ டாக் தொழிற்சாலைக்கு நிலங்களை விற்க முதலில் சம்மதம் தெரிவித்தவர்கள். அங்கிருந்து போனால் வாடி செத்துவிடுவோம் என்று பயந்தவர்களை ஒன்றிணைத்துக்கொண்ட சில கட்சிக் காரர்கள்தான் தொழிற்சாலையை எதிர்க்கிறார்கள். அவன் சொன்னான், ''மாண்புமிகு மணி அவர்களே, எதைத்தான் இவர்கள் எதிர்க்கவில்லை? எல்லாவற்றையும் இவர்கள் எதிர்க்கிறார்கள். எதிர்ப்பதினால் மட்டுமே இவர்கள் வாழ்கிறார்கள்.

''இந்தத் தொழிற்சாலை காலத்தின் கட்டாயம். இவ் வளவு காலம் நாம் ஒரு தீவில் வாழ்வது போல வாழ்ந்து விட்டோம். இனி அப்படியில்லை நம்முடைய ஊர், உலகத்தோடு நேரடியாகக் கலக்கப் போகிறது. உலக போக்கு வரத்தோடும், தொழில்நுட்பத்தோடும், நாகரீகத்தோடும் இரண்டற கலக்கப் போகிறோம். கம்யூனிஸ்டுகள் பகல் கனவுகளில் மூழ்கிக்கிடப்பவர்களோ, அதி நவீன உலகத்தின் முட்டுக்கட்டைகளோ இல்லை. மணி அவர்களே, கம்யூனிஸ்டுகள் இன்னும் தனியர்கள் இல்லை. காலாவதியான சிந்தனைகளுக்கு சொந்தக்காரர்கள் இல்லை. அவர்களும் பெரும் கனவுகளோடு ஒன்று கலந்தவர்கள். இது எவ்வளவு

நிம்மதியையும் மகிழ்ச்சியையும் தருகிறது என்பதை புரிந்துகொள்ள முடிகிறதா? நாங்கள் செய்வதற்கு இப்போது நிறைய வேலைகள் இருக்கின்றன, எதிர்காலத்தை நிச்சயம் நாங்கள் கைபற்றுவோம்.''

ஆட்கள் யாரும் இல்லாமல் வெறிச்சோடி நின்ற நிழற் குடையைக் கண்டதும் நாய் நின்றுவிட்டது. வழக்கமாக அங்கே உட்கார்ந்து இளைப்பாறிச் செல்வது அவனுக்கு வழக்கம். அவன் அங்கிருந்த சிமென்ட் பெஞ்சின் மேல் உட்கார்ந்தான். மணி அவன் கால்களுக்கு அருகில் வந்து உட்கார்ந்து அவன் முகத்தையே வாஞ்சையுடன் பார்த்தது.

இந்த நிழற்குடையின் கீழ் காத்திருக்க வேண்டிய பயணிகள் சற்றே தொலைவில் பேருந்துக்காக காத்துக்கொண்டு நின்றிருந்தார்கள். பேருந்து ஏன் இந்த நிழற்குடையின் எதிரே நிற்காமல் சற்றே தொலைவே சென்று நிற்கிறது என பயணிகளுக்கு தெரியாதது போல, நிழற்குடை எதிரே நிற்காமல் பயணிகள் ஏன் இங்கே வந்து நிற்கிறார்கள் என்று பேருந்து ஓட்டுநர்களுக்கும் தெரியவில்லை. பல வருடங்களாக இப்படித்தான் நடக்கிறது. சிறிது சிறிதாக பேருந்து நிறுத்தம் நிழற்குடையைவிட்டு விலகிச் சென்றுகொண்டிருந்தது.

சாலையிலிருந்து உள் தள்ளியிருந்த நிழற்குடைக்கு முன்னே சிலர் நடைப்பாதை கடைகள் வைத்திருந்தார்கள். ஒருவன் மனித வடிவிலான ரோபோ பொம்மையை வைத்து ஜோசியம் சொல்லிக்கொண்டிருந்தான். ரோபோ மனிதனின் தலையில் ஒரு ஹெட்போன் மாட்டப்பட்டிருந்தது. உடல் முழுவதும் எரிந்த வண்ண விளக்குகள் அதற்கு வினோதத் தன்மையைக் கொடுத்தன. அனால் அதை பார்க்கும்போது அவனுக்கு கிண்டலான ஒரு மனோபாவமே தோன்றும். அந்த ஹெட்போனை காதில் வைத்துக்கேட்கும் பாமரத்தனத்தை

அவனால் சகித்துக்கொள்ள முடியவில்லை. மேலும் அது சிறுவர்களுடைய விளையாட்டு போலத் தோன்றியது. ரோபோக்களின் மேல் சிறுவர்களுக்கு ஆர்வம் இருப்பது போல இப்போது பெரியவர்களுக்கும் ஆர்வம் தோன்றியிருக்கிறது. ரோபோ டாக் பொம்மைகள் நம் ஊருக்கு வரப்போகின்றன என்று சொன்னதும், 'எப்ப வரும் அங்கிள்' என்று கேட்டு குட்டி நண்பன் தொணதொணக்க ஆரம்பித்து விட்டான். ரோபோ டாக் தொழிற்சாலை வந்து வீதியில் ரோபோக்கள் நடமாடத்தொடங்கிவிட்டால் சிறுவர்களுக்கு அதன் மேல் உள்ள மோகம் போய்விடுமோ என்னவோ; அவர்கள் வேறு ஒன்றைப் பற்றி ஆர்வம் கொள்ளத் தொடங்கிவிடுவார்கள்.

மணி அவனை விட்டு எட்டிச்சென்று சாலையைப் பார்த்தவாறு நீட்டி படுத்துவிட்டது. அது ஓய்வெடுக்கத்தொடங்கிவிட்டதைக் கண்டு அவன் புன்னகைத்தான். மணியை 'மாண்புமிகு' என்ற அடைமொழி வைத்து அழைப்பது குறித்து அவனுக்கு வருத்தம் உண்டு. அந்த கிண்டலை வேண்டுமென்றேதான் அவன் பயன்படுத்தினான். இதனால் அவன் வசித்து வந்த வீட்டின் அக்கம்பக்கத்தில் உள்ளவர்களும் அதை 'மாண்புமிகு மணி' என்றே அழைக்கத்தொடங்கியிருந்தனர். அந்த நகரம் எண்ணற்ற மாண்புமிகுக்களை உருவாக்கி அனுப்பியிருந்ததுதான் இந்த கிண்டலுக்கான காரணம். இந்த நாட்டு நாய்களைப் போல இல்லாமல் அந்த பணக்கார டாபர்மேன் நாய்களெல்லாம் சென்னையிலும், டில்லியிலும் பங்களாக்களில் குடியமர்ந்துவிட்டன. இந்த ஊருக்கும் அவைகளுக்கும் சம்மந்தமில்லை, ஒரு மாண்புமிகுவின் பெயருக்கு முன் இந்த ஊரின் பெயர் இருப்பதைத் தவிர.

சற்று தொலைவில் கொடிக்கம்பங்கள் இருந்த இடத்தில் கூட்டம் கூடியிருப்பதைப் பார்த்தான். அவன் பார்க்க பார்க்க ஆட்களின் எண்ணிக்கை கூடிக்கொண்டே போனது. அங்கே

என்ன நடக்கிறது என்ற ஆர்வம் உந்த எழுந்து நின்றான். மணியும் எழுந்துகொண்டது. இருவரும் அந்த கூட்டத்தை நெருங்கினார்கள்.

தவில் சத்தம் ஆர்ப்பாட்டமாக ஒலிக்கத்தொடங்கியது. புரட்சி சற்று குள்ளம் என்பதால் கூட்டத்தை விலக்கிக்கொண்டு உள்ளே புகுந்து போய்ப் பார்த்தான். சிலர் அங்கே ஒரு நாடகத்துக்கு தங்களை தயார்படுத்திக்கொண்டிருந்தார்கள். இளைஞன் ஒருவன் ஓரமாக நின்று தவில் வாசித்துக் கொண்டிருகிறான். தலையில் கிரீடம் அணிந்து அரசனைப் போல உடை தரித்து ஒருவன் நாற்காலியில் உட்கார்ந்திருக்கிறான். தலையில் குள்ளாய் அணிந்து, கோமாளி வேஷத்தில் ஒருவன் அரசனுக்கு பக்கத்தில் நின்று சுற்றிலும் பார்வையை செலுத்தி கோணங்கித்தனம் பண்ணிக்கொண்டிருக்கிறான். இன்னொருவன் காகிதத்தால் செய்யப்பட்ட நாய் முகமூடியையும், உடல் முழுக்க எந்திர வடிவிலான கவசங்களையும் அணிந்திருக்கிறான். பின்னால் வால் ஒன்று அசைந்தாடிக்கொண்டிருக்கிறது. ஒரு ஆணும் பெண்ணும் நின்றுகொண்டிருக்கிறார்கள்.

அங்கே நடக்க இருப்பது என்னவென்று அவனுக்குப் புரியத்தொடங்கியது. அவர்கள் யார், என்னப் பேசப் போகிறார்கள் எல்லாவற்றையும் அவனால் அனுமானிக்க முடிந்தது. அரசன், கோமாளி, ரோபோ டாக், தம்பதி, தவில் இசை இதெல்லாவற்றையும் வைத்து அந்த நாடக்தை யூகம் செய்துவிட்டான். ஆட்கள்தான் மாறியிருக்கிறார்களேயொழிய பாத்திரங்கள், வசனங்கள் எதுவும் மாறப்போவதில்லை. முன்பு இதே பாத்திரங்களில் ஒருவனாக அவனும் நடித்திருக்கிறான்.

அரசனுக்கு பக்கத்தில் நிரந்தர சிரிப்புடன் நின்று கொண்டிருக்கும் கோமாளி, இசையின் லயத்துக்கு ஈடுகொடுத்தவாறு

நடந்துவந்து கூட்டத்தை வணங்குகிறான். பின்பு சுற்றி வருகிறான். அரசனருகே போய் நின்று தவில் இசையின் லயத்துக்கேற்ப ஆடியபடி, அரசனின் உறையிலிருந்து வாளை உருவுவது போல பாவனை செய்து, அந்த கற்பனையான வாளை தலைக்கு மேலே தூக்கி நிறுத்துகிறான். தனது தலைக்கு மேலே பார்த்து சற்றே பீதியுற்றவன் போல சொல்கிறான், "இப்படித்தான் பெரிய ஆபத்து நம் தலைக்கு மேலே தொங்கிக்கொண்டிருக்கிறது. அதற்குக் கீழ்தான் நாம் வாழ்கிறோம். நம்மை பலியிட அது காத்திருக்கிறது. நம் ரத்தத்தை குடிக்க நம் அரசர் தயாராகிக்கொண்டிருக்கிறார்." அரசன் வாயை பிளந்து நாக்கை விலாசுகிறான். கூட்டத்தில் இருந்த ஒரு முதியவரின் பக்கத்தில் போய் நின்று கோமாளி சொல்கிறான், "பெரியவர் கேட்கிறார், 'நம் அரசர் நல்லவர்தானே? இரவு பகல் பாராது நமக்காக உழைக்கும் உத்தமர் அல்லவா? இலவசங்களை வாரிக்கொடுக்கும் வள்ளல் அல்லவா?' நம் அரசர் நல்லவர்தான். அவர் வாக்குறுதிகளின் மன்னன், இலவசங்களின் பேரரசன். நம் அரசர் காற்றையும் மழையையும் கூட இலவசமாக வழங்கியிருக்கிறார்"

அந்த ஆண், பெண் இருவரும் கைத்தட்டுகிறார்கள்.

"நாம் நம் கிராமங்களையெல்லாம் தொலைத்துவிட்டு இந்த நகரத்தில் குடியேறிவிட்டோம். ஆனால் பாருங்கள்..." மூக்கை மூடிக்கொள்கிறான். "வீட்டிலெல்லாம் குப்பை, வீதியெல்லாம் குப்பை, நகரமெல்லாம் குப்பை. நமது ராஜ்ஜியமே குப்பைகளால் நிறைந்துகொண்டிருக்கிறது. கருணை உள்ளம் கொண்ட அரசர் நம் கஷ்டங்களை பார்த்துக்கொண்டிருப்பாரா?" அரசன் பெருமிதம் கொள்வது போல பாவனை செய்கிறான். "நம் அரசர் பார்ப்பதற்கு முட்டாளைப் போல தோற்றம் தந்தாலும் முட்டாள் இல்லை.

அறிவாளிக்கெல்லாம் அறிவாளி, அறிஞர்கெல்லாம் அறிஞர். அதனால்தான் அவர் இந்த இயந்திர நாயை கொண்டு வந்திருக்கிறார்.'' இயந்திர நாய் வாலை ஆட்டியபடி சுற்றி வந்து நிற்கிறது. நம்ம நாயைப் போல இது சாதாரண நாய் இல்லை. இதுக்குப் பேரு ரோபோ 2047. இதுக்கு சொந்த ஊர் ஜப்பான்.'' தனது பாக்கட்டிலிருந்து ஒரு காகிதத்தை எடுத்து நாய்க்கு எதிரே போடுகிறான். எந்திர நாய் ஓடிவந்து அதை எடுத்து தின்றுவிடுகிறது. மற்றொரு பாக்கெட்டிலிருந்து பாலிதீன் பேப்பரை எடுத்துப் போடுகிறான்; அதையும் தின்று விடுகிறது. இன்னொரு பாக்கெட்டிலிருந்து கர்ச்சீப்பை எடுத்துப் போடுகிறான்; அதையும் தின்றுவிடுகிறது. இன்னும் வேண்டும் என்பது போல வாலை ஆட்டி அவனையே பார்த்துக்கொண்டு நிற்கிறது. "பத்தலையா? இந்தா'' என்று கூட்டத்தில் இருந்த ஒருவரின் பையை பிடுங்குகிறான். அவர் தர மறுக்கிறார். "இவரு குடுக்க மாட்டாரு, நாடகம் முடியட்டும். உன்ன ஆத்துபக்கமா கூட்டிகிட்டு போறேன்'' என்கிறான். எல்லோரும் சிரிக்கிறார்கள். "சரி அய்யா, குப்பையைத் தின்ன நாயை கொண்டு வந்துவிட்டீர்கள், இந்த ஒரு நாயை வைத்துக்கொண்டு நகரத்தையே எப்படி சுத்தமாக்குவது? என்று கேட்கிறார் ஒரு புத்திசாலி. அரசர் ஒன்னும் முட்டாள் இல்லையே. அதனால்தான் ஒவ்வொரு வீட்டுக்கும் ஒரு இயந்திர நாயை வழங்கப் போகிறார். குடும்ப அட்டை வைத்திருக்கும் ஒவ்வொருவருக்கும் ஒரு ரோபோ டாக். அதுவும் இலவசமாக.'' கணவன் மனைவி இருவரும் சந்தோஷ மிகுதியில் ஒருவரை ஒருவர் மகிழ்ச்சியுடன் பார்த்துக்கொண்டே கைதட்டுகிறார்கள். கூட்டத்திலும் கைதட்டல் தொடர்கிறது.

"ஒவ்வொரு வீட்டுக்கும் தருவதென்றால் இது போன்ற நாய் லட்சக்கணக்கில் தேவைப்படுமே அதை எங்கிருந்து கொண்டு

வரப்போகிறீர்கள்? என்று கேட்கிறார் ஒரு புத்திசாலி. அரசன் ஒன்றும் முட்டாள் இல்லையே. அதற்குத்தான் ரோபோ டாக் தொழிற்சாலை.''

வேடிக்கை பார்த்துக்கொண்டிருந்த அவனுக்குப் பக்கத்தில் வந்து நின்று, கோமாளி சொல்கிறான், ''தொழிற்சாலை என்றதும் நம் தோழருக்கு மகிழ்ச்சி. தொழிற்சாலை என்றால் தொழிலாளர்கள் தேவைப்படுவார்கள். தொழிலாளர்கள் வந்தால் தொழிற்சங்கம் வரும். கட்சியின் பொருளாத நிலை பலம் பெரும். அதனால்தான் நம் தோழர்கள் தொழிற்சாலை வேண்டுமென்று ஒற்றை காலில் நிற்கிறார்கள். இது நாள் வரை நம் அரசனை வசை பாடியவர்கள் அருகில் நின்று சாமரம் வீசுகிறார்கள் – அரசனுக்கு பக்கத்தில் போய் நின்று சாமரம் வீசுவது போல பாவனை செய்கிறான் – சிம்மாசனத்திலிருந்து இறங்கச் சொன்னவர்கள் அவனை ஏற்றி உட்கார வைத்து அழகு பார்க்கிறார்கள்.'' தான் ஒரு கேலிப்பொருளாக்கப்பட்டதால் அவன் வெட்கமடைந்தான். அவனை அந்த கோமாளி வேஷம் தரித்தவனுக்கு தெரிந்திருக்கிறது. அங்கிருந்து போய்விடலாமென யோசித்தவன், இந்த கிண்டல் தனக்கானதல்ல என்று காட்டும் விதமாக நின்றான்.

கோமாளி சொன்னான், ''நம்ம ஊருக்கு தொழிற்சாலை வரப்போகிறது. தொழிற்சாலை வருகிறதென்றால், விவசாயிகள் தங்கள் நிலங்களை அவர்களாகவே விட்டு விட்டு போய்விடவேண்டும். அதில்தான் விசுவாசம் இருக்கிறது, பணிவு இருக்கிறது, குடிமகனுக்கான தகுதி இருக்கிறது.'' தம்பதிகளைப் பார்த்து சொல்கிறான், ''தொழிற்சாலை வந்துவிட்டால் நம் அரசர் உங்களுக்கு இது போன்ற நாயை கொடுக்க போகிறார் உங்களுக்கு சந்தோஷம்தானே? இந்த நாய் வந்தால் வீடு சுத்தமாயிடும், நாம எங்கனா வெளியூர் போயிட்டா வீட்டையும் பார்த்துக்கும். பேப்பர

எடுத்துகிட்டுவான்னா வரும். பாட்டு பாடுன்னா பாடும். திருடங்க வந்தா நம்ம செல்போனுக்கும் போலீஸுக்கும் அதுவே தகவல் தெரிவிக்கும். ரிப்பேரானா நாம கம்ளைண்டே கொடுக்க தேவையில்லை. அவுங்களே கண்டுபிடிச்சி வந்து சரிபண்ணி கொடுத்துட்டுப் போயிடுவாங்க. கரண்ட் செலவும் இல்லை. எவ்வளவு அற்புத கண்டுபிடிப்பு இது!. இந்த இயந்திர நாய்க்கு ஒரு ஓ போடுங்க.''

சில விடலைகள் நடிகர்களுடன் சேர்ந்து 'ஓ' என்று கத்துகின்றன.

சத்தம் அடங்கியதும் கோமாளி சொன்னான், ''ஆனா இதுக்கு ஒரே ஒரு கெட்ட பழக்கம் உண்டு. நீங்க பேசறது, சாப்பிட்றது, தூங்கிறது, எல்லாத்தையும் அது பாத்துகிட்டிருக்கும். இந்த நாய் மூலமா அரசாங்கமும் உங்கள பாத்துகிட்டிருக்கும். உங்களுக்கு சந்தோஷம்தானே?'' கணவன் மனைவி இரண்டு பேருடைய முகமும் பீதியில் இருள்கிறது. அவள் தன் முந்தனையால் வாயைப் பொத்திக்கொள்கிறாள்.

இது அவனை அதிகம் எரிச்சலூட்டியது. கூட்டத்தை விலக்கிக்கொண்டு வெளியே வந்தான். தோல்வியின் கசப்பு அவன் நாவில் படிந்தது. மாற்றத்தை கண்டு ஏன் இந்த மனிதர்கள் இப்படி அஞ்சுகிறார்கள்? கற்பனைகளையும், கட்டுக்கதைகளையும் நம்பி ஏன் மோசம் போகப் பார்க்கிறார்கள்?

அவனுடன் வந்த மணி எங்கே போனதென்று தேடினான். அதைக் காணவில்லை. அது திரும்ப வீட்டுக்கு போய் விட்டிருக்கும் என யூகித்தவனாக நடந்தான். கொஞ்சம் தூரம் நகர்ந்ததுமே அவனுக்கு அருகில் வந்து நின்றது. இருவரும் நடக்கத்தொடங்கினர்.

அவன் சொன்னான், 'மாண்புமிகு மணி அவர்களே, அங்கே என்ன நடந்தது என்று உங்களுக்குத் தெரியுமா? அவர்கள் என்னை அவமானப்படுத்திவிட்டார்கள். எங்கள் நோக்கங்களுக்கு கலங்கத்தை உண்டுபண்ணிக்கொண்டிருக்கிறார்கள். ரோபோ டாக் தொழிற்சாலைக்கு அவர்கள் மூலம் புது ஆபத்து முளைவிடத் தொடங்கியிருக்கிறது. இதெல்லாம் எங்கே போய் முடியும் என்றுதான் தெரியவில்லை.'' இந்த குழப்பங்களுக்கெல்லாம் சம்மந்தமில்லாமல் ஒரு ஞானியைப் போல அது போய்க்கொண்டிருந்தது. இந்த சிறு விஷயங்களில் தன் மனதை செலுத்த அது விரும்பவில்லை போல. அதற்கு முன் இப்போது மிகவும் தாழ்ந்து, கூனிக்குறுகிவிட்டது போல தோன்றியது அவனுக்கு. ஒரு கம்யூனிஸ்டாக பெருமை பட்டுக்கொள்ளும் நிலையிலிருந்து அவன் கீழிறக்கப்பட்டிருக்கிறான். அவமானத்தை சந்தித்திருக்கிறான். வரலாற்றின் போக்கில் ஏதோ சதி நடந்திருக்கிறது. அது எல்லாவற்றையும் தலைகீழாக்கிக்கொண்டிருக்கிறது. கதாநாயகர்கள் வில்லன்களாகவும், வில்லன்கள் கதாநாயகர் களாகவும் மாறிக்கொண்டிருக்கிறார்கள்.

3

ஆற்றுப்பாலத்தின் இருபக்கமும் வரிசையாக விளக்குகள் எரிந்துகொண்டிருந்தன. அந்த நகரத்துக்கு வருகிறவர்களை வரவேற்பதற்கான அலங்காரம் போல இருந்தன அவை. பாலத்தின் நடுவில் போய் நின்று ஆற்றைப் பார்த்தான். பரந்த மணல் திட்டுகளுக்கிடையே ஓடிய நீர்ப்பரப்பில்

பட்டுச்சிதறிய விளக்கொளி, உருகி ஓடும் உலோக குழம்பு போல அதை மாற்றியிருந்தது.

'நதி எதோடு சம்மந்தப்பட்டது? வாழ்வோடா, மரணத்தோடா?'' இங்கே வந்து நின்றால் வழக்கமாக அவனுக்குள் இந்தக் கேள்வி எழும். ஒரு நாள் அவன் நல்ல போதையில் ஆற்று மணலில் படுத்துக்கிடந்தான். எல்லாம் அவனை மையம் கொண்டு சுழல்வது போல இருந்தது. அந்த மணல் வெளி புரண்டு கவிழ்த்து விடும் போல அவனை மிரட்டியது. அது போல என்றைக்கும் அவன் குடித்ததுமில்லை. சாவை அவ்வளவு அருகில் இருந்து அவன் பார்த்ததுமில்லை. கொஞ்சம் நிதானப்படுத்திக்கொண்டு வானத்தை உற்றுப்பார்க்க முயற்சித்தான். அது அவனை எடுத்து விழுங்கிவிடும்போல ஆகர்சித்தது. அந்த நட்சத்திரங்களோடு தானும் கலந்துவிட்டது போலவும் இருந்தது. அந்த நட்சத்திரங்களில் ஒன்றுதான் ஆகாய குதிரையாக மாறியது போல ஒரு ஒளிப்புள்ளி பெரிதாகி குதிரையின் உருவம் கொண்டு அவன் பார்வையில் படும்படி நீந்தி நின்றது. அதன் வால் பிரகாசத்துடன் அசைந்தது. அதன் கண்கள் அதைவிட பிரகாசத்துடன் அவனை நோக்கின. அந்த குதிரை ஒரு தேவ தூதுவன் போல அவனுக்குத் தோன்றியது.

அது கேட்டது, ''தோழரே, வாழ்வு முடிவாகவும், மரணம் ஆரம்பம் என்றால் எதை விரும்புவாய்?''.

அவனுக்குத் தெரியவில்லை. மரணம் தொடக்கம் என்றால் இறந்தவர்களுக்காக அவன் துயரப்படத் தேவையில்லை. வாழ்ந்துகொண்டிருப்பவர்கள்தான் பரிதாபத்துக்குரியவர்கள். வாழ்வதற்கான ஆயிரம் நியாயங்களையும், சமாதானங்களையும் ஒதுக்கி வைத்துவிட்டுப் பார்த்தால் போராட்டங்கள், புரட்சிகள் எல்லாம்கூட அர்த்தமற்றுப் போய்விடக்கூடியவைதான்; இனியனின் வாழ்வைப் போல. ஆனால் அவன் மரணம்

பெரும் ஆறுதல்தான், அது அவன் வாழ்வை துவக்கப் புள்ளியெனக் கொண்டு தாவி எல்லையற்ற வெளிக்குள் கலந்துவிட்டது.

குதிரை அன்று இன்னொரு கேள்வியையும் கேட்டுச் சென்றது. "தோழரே, நதிக்கு மரணம் உண்டா?"

இக்கேள்விக்கு அவனிடம் தெளிவான பதில் இல்லை. உண்டு என்பது போலவும் இல்லை என்பது போலவும் ஆதாரங்கள் பல தோன்றி மறைந்துகொண்டிருந்தன. அன்று இரவு முழுவதும் மணலிலேயே படுத்து தூங்கிவிட்டிருந்தான். காலையில்தான் வீடு வந்து சேர்ந்தான்.

மணியைத் தேடினான். அது பாலத்தின் எதிர் முனையில் எதையோ முகர்ந்து பார்த்துக்கொண்டிருந்தது. அதற்கு அழைப்பு விடுத்துவிட்டு பாலத்தின் திட்டில் உட்கார்ந்தான். மணி அருகே வந்து நின்று அவனை முகர்ந்தது. அதன் தலையை தடவிக்கொடுத்தபடி சொன்னான், "மாண்புமிகு மணி அவர்களே, இனியவனின் மரணத்துக்குப் பிறகு எனக்குள் இருந்த குழப்பங்கள் ஒரு முடிவுக்கு வந்திருக்கின்றன. இனி யாரையும் பார்த்து 'நீங்கள் ஏன் இப்படி இருக்கிறீர்கள்?' என்று கோள்வி கேட்க வேண்டியதில்லை. 'இப்படி இருங்கள், அப்படி இருங்கள்' என புத்திமதி கூற வேண்டியதில்லை. 'இது சரியில்லை தோழரே, இதற்காக நாம் என்ன செய்யப்போகிறோம்?' என ஆதங்கப்படத் தேவையில்லை. புதிய உலகத்தை வரவேற்பதற்காகவும், இனியவனின் மரணத்துக்காகவும் இன்று அதிகம் குடிக்கப் போகிறேன். ஒரு அரை பாட்டில்; முடிந்தால் அதற்கும் மேலும். மாண்புமிகு மணி அவர்களே, நீங்கள் கவலைப்பட வேண்டாம். நிதானம் தப்புவதற்கு முன் வெளியே வந்துவிடுவேன். அது வரை உங்களால் காத்திருக்க முடியாமா?"

பாலத்தின் மேல் நடந்து வந்த இரண்டு பெண்கள் உரத்து சிரித்தபடி அவன் சிந்தனையை கலைத்துவிட்டுப் போனார்கள். அவன் திரும்பிப் பார்த்தான். அதில் ஒருத்தி அவன் காதலியைப் போன்றே உடல்வாகு கொண்டவளாக இருந்தாள்.

தன் சட்டை பாக்கெட்டிலிருந்து செல்போனை எடுத்து அவளுக்கு டையல் செய்தான். அவள் பேசினாள். "எங்கிருக்கீங்க?'' எனக் கேட்டாள். பாலாத்தின் மேல் இருப்பதாகவும், வானத்தில் அந்த ஆகாய குதிரை தென்படுகிறதா என்று பார்த்துக்கொண்டிருப்பதாகவும் அவன் சொன்னான். அவள் சிரித்தாள். "அதுக்குள்ள போதை தலைக்கு ஏறிவிட்டதா?'' என்று கேட்டாள். அவளுடைய பையனைப் பற்றி கேட்டான். இன்னும் சாப்பிடாமல் அந்த ரேடியோவை திருகிக்கொண்டிருப்பதாக அவள் சொன்னாள். இன்று மாலை அவள் மகன் கேட்ட கேள்வியை அவளிடம் சொன்னான். அவள் கலக்கமுற்றது அவளுடைய பேச்சில் தொனித்தது. அவள் அழத்தொடங்கிவிட்டிருந்தாள். அந்தப் பேச்சை மாற்றுவதற்காக அந்த நாடகத்தைப் பற்றிச் சொன்னான். ரோபோ டாக், தொழிற்சாலை, போராட்டம், எதிர்ப்பு இதெல்லாம் அவளுக்கு புரியவில்லை என்றாலும் அவன் சொல்வதை அவள் கேட்டுக்கொண்டிருந்தாள். வழக்கம் போல அவளுக்கும் அவள் கொழுந்தன் குடும்பத்துக்கும் நடக்கும் பிரச்சினைகளைப் பேசினாள். இரவில் ரகசியமாக சந்திக்கும் போது அவர்களால் இது போன்று சகஜமாக பேசிக்கொள்ள முடிவதில்லை. முத்தம் ஒன்றை பெற்றுக்கொண்டு, இரவு வருவதாக் சொல்லி விடைபெற்றான். சிறுவனைப்பற்றி நினைவு அவனுக்குள் ஏதோ ஒரு துயரத்தை கசியச்செய்தது. அந்த எப்எம் டிரேன்ஸ்மிட்டரும், ரேடியோவும் அவன் உலகத்தை மாற்றிவிடும் என்றாலும் அது ஒரு ஆறுதல்தான்.

செல்போனில் நேரம் பார்த்தவன், எழுந்து கவுண்டர் ஒயின்ஸை நோக்கி நடந்தான். அது என்னவோ குடிக்கப்போவது போல அவனை முந்திக்கொண்டு ஓடியது மணி.

4

கவுண்டர் ஒயின்ஸின் கதவைத் திறந்துகொண்டு அவன் உள்ளே நுழைகிறான். அதற்குள் நுழையும் போது ஏற்படும் மன எழுச்சி, உத்வேகம் வேறு எங்கே நுழையும் போதும் அவனுக்கு ஏற்பட்டதில்லை. ஏதோ ஒரு புது இன்ப அனுபவத்தை அடையப்போகும் உற்சாகம். கவுண்டர் ஒயின்ஸுக்கென்று தனித்தன்மை இருந்தது; தனி பாரம்பர்யம் இருந்தது. கள்ளுகடை, சாராயக்கடை என வரலாறு பல அதற்குண்டு. அந்த கட்டடம் அதற்காகவே உருவாகி வந்தது போலத் தோன்றும். வேறு பல மாற்றங்களுக்கு அது இடம்கொடுக்க முயன்று தோற்று மீண்டும் மதுபானப் பிரியர்களின் புகலிடமாகவே தன்னை தக்கவைத்துக் கொண்டிருக்கிறது. அதை தொடங்கிய சின்னபையக் கவுண்டர் மறைந்துவிட்டாலும், அவருடை மகன்கள் இன்னும் விடாமல் நடத்திக்கொண்டுதான் வருகிறார்கள். அது ஒரு மரியாதைக்குறிய பிடிவாதம்.

அங்கு பணியாற்றும் பணியாளர்களோ அந்த விடுதியின் பாரம்பர்யத்தை காப்பாற்ற வந்தவர்கள். அந்த கறுத்த கண்ணாடிக் கதவைத் திறந்துகொண்டு உள் நுழைந்ததுமே அவர்களின் உபசரணைத் தொடங்கிவிடுகிறது. அவன் அவர்களின் பொறுப்புக்கு வந்து சேர்கிறான். அவனை

நிம்மதியாகக் குடிக்கவிட்டு, வேண்டியவற்றை பறிமாறி, திருப்த்தியுடன் அனுப்பி வைப்பது அவர்களின் கடமை யாகிறது.

ஒயின்ஸில் கூட்டம் அதிகம் தெரிந்தது. ஐயர் கையை ஆட்டி கூப்பிட்டார். அவருக்கு எதிரே ஒரு இடம் காலியாக இருந்தது. ‘‘உட்காருங்க தோழர்'' என்றார். உட்கார்ந்தான். அவனுக்கு பக்கத்தில் இருந்தவன் செல்போனில் யாரிடமோ பேசிக்கொண்டிருந்தான்.

‘‘உங்களுக்கு விருப்பமான ‘பிர்ஹான்ஸ் நெப்போலியன்' இன்னிக்கு இல்லை. காலி ஆயிடிச்சாம் வேறை ஏதாவுதுதான் சாப்பிடனும்'' என்றார் ஐயர். அவனுக்கு ஏமாற்றமாக இருந்தது. அடுத்த சாய்ஸ் எம்சி பிராண்டிதான். உபசரிப்பவனிடம் குவாட்டர் எம்சி பிராண்டிக்கும் ஒரு சுண்டல், சில்லி சிக்கனுக்கும் ஆர்டர் சொன்னான். ஐயர் நெத்திலி சாப்பிட்டுக்கொண்டிருந்தார். அவருடைய கையில் வழக்கம் போல ஒரு டிடக்டிவ் வார இதழ்.

ஐயர் அந்த விடுதியின் நிரந்தர வாடிக்கையாளர்களில் ஒருவர். அவரை முதன்முதலாக பார்ப்பவர்களுக்கு அவர் ஏன் இங்கு வந்து விழுந்தார் என்ற கேள்வி எழும். மேலும் அவருக்கு முன்னால் கடினமான கண்ணாடித் திரை விரியும். ஆனால் அதெல்லாம் ஒரு தோற்றம்தான். அவருடன் பேசப் பேச ஒரு கட்டத்தில் அந்த கண்ணாடித்திரை காற்றாகி கரைந்துவிடும். ஸ்படிகம் போல அவருடைய ரத்த நாளங்கள், நரம்புகள், எலும்புகள் எல்லாம் தோன்றத்தொடங்கும்.

இவரைப் போல இந்த ஒயின்ஸுக்கென்று இன்னும் சில நிரந்தர வாடிக்கையாளர்கள் இருக்கிறார்கள். அவர்களில் ஒருவரையாவது அங்கு பார்க்க முடியவில்லை என்றால் எங்கோ அந்நிய பூமிக்கு வந்துவிட்டது போல இருக்கும்

அவனுக்கு. குடிப்பதற்கு பணம் இல்லாமல் அவர்கள் எல்லாம் வெளியே எங்கேயோ அலைமோதிக்கொண்டிருக்கிறார்கள் எனத் தோன்றும். ஆனால், சுப்பிரமணி ஐயரின் பொருளாதாரம் குறித்து வருத்தப்படுவதற்கு எதுவும் இல்லை. சாகிற வரை குடிப்பதற்கு அவருக்கு சொத்து இருந்தது. பஜார் வீதியில் உள்ள பத்து கடைகள் அவருக்கு சொந்தம். அவருக்கு பங்கு வந்த பாதி நிலத்தை குடித்து அழித்தார். மீது பாதி நிலத்தை ரோபோ டாக் தொழிற்சாலைக்காக அரசாங்கம் எடுத்துக்கொண்டது.

ஒரு காலத்தில் அவருடன் சகோதர்கள், மனைவி, நில புலன்கள் எல்லாம் இருந்தன. சகோதர்களில் ஒருவன் சென்னையிலும் இரண்டு பேர் அமெரிக்காவிலும் சொன்று குடியேறிவிட்டார்கள். அவர்களுக்கும் இந்த கிராமத்துக்கும் யாதொரு சம்மந்தமும் இல்லை. தங்கள் பங்கு நிலத்தையெல்லாம் விற்றுவிட்டு நிரந்தரமாக வெளியேறிவிட்டார்கள். அவருடைய மனைவியும் அவரோடு வாழாமல் தன் தாய்வீட்டுக்கே போய்விட்டாள். குழந்தைகளும் இல்லை. ஒரு நாள் அவர் சொன்னார், ''இந்த ஊரில் தேவிடியாக்களும், ஒயின் ஷாப்புகளும் இருக்கும் வரை எனக்கு கவலையே இல்லை.'' அவருக்கு திடமான உடல் மட்டுமல்ல திடமான மனமும் இருந்தது. கையில் எப்போதும் ஒரு தினசரியையோ, வார இதழையோ வைத்திருப்பார். யாரும் அவரிடம் அருகில் வந்து பேச்சு கொடுக்காதவரை குடித்தபடி படித்துக்கொண்டிருப்பார். அவருடைய மனைவி வாழாமல் போனதற்கு முக்கிய காரணம் குடிதான் என்றார் ஒருநாள். அவருடைய தம்பிகளை ஒரு நாள் எள்ளலுடன் ஞாபகம் கொண்டார். ''இந்தியக்காரன்து சின்னதாக இருக்குன்னு ஆமெரிக்காக்காரன்த ஊம்பப் போய்ட்டானுங்க.''

பிராண்டி, டம்ளர், தண்ணீர், சுண்டல் ஆகியவற்றை உபசாரகன் கொண்டுவந்து வைத்துவிட்டுப் போனான். சில்லி சிக்கன் வருவதற்கு கொஞ்சம் தாமதமாகும் என்றான். புரட்சி பிராந்தியை ஊற்றிக் குடிக்கத் தொடங்கினான்.

ஐயர் சொன்னார், ''கவுண்டனுங்க, இந்த மாசத்தோட இந்த பாரை இழுத்து மூடப்போறாங்க.''

திடீரென்று இப்படி ஒரு குண்டைத் தூக்கிப் போட்டுவிட்டாரே என்று அவரைப் பார்த்தான்.

''இது அவர்களுடைய கட்சித்தலைவரின் கட்டளை. கட்சிக்காரன் குடிக்கவே கூடாது என்பவர், கட்சிக்காரன் பார் நடத்த அனுமதிப்பாரா? பெரியவன் துரைதான் சொன்னான். தலைவர் வருத்தப்பட்றார், வேறு வழியில்லேங்கிறான்.''

புரட்சிக்கு பக்கத்தில் உட்கார்ந்திருந்தவன் இன்னும் செல்போனில் பேசிக்கொண்டிருந்தான். அவன் யாரோ பெண்ணிடம் பேசிக்கொண்டிருந்தான். பேச்சை முடித்துக் கொள்ள அவன் முயன்றும், திரும்பவும் அவள் போன் செய்து தொந்தரவு கொடுத்துக்கொண்டிருந்தாள்.

''ஜன்னல் ஓர மேஜையில் நீல கட்டம் போட்ட சட்டை போட்டு உட்கார்ந்திருக்கானே அவனை உங்களுக்குத் தெரியுமா?'' என்று ஐயர் கேட்டார். அவனைப் பார்த்தான். அந்த மேஜைக்கு தலைமை தாங்குவது போல அவன் உட்கார்ந்திருந்தான். பலமுறை இதே பாரில் பார்த்திருக்கிறான், ஆனால் தெரியவில்லை.

''எங்க ஊர்க்காரன்தான். சீக்கிரமா பணக்காரனா ஆகிறது எப்படின்னு அவனக் கேட்டாத் தெரியும். இந்த மலை யிலிருந்த பாதி சந்தன மரங்களை இவன்தான் காலி செய்தான். கொலையே செய்ஞ்சிட்டு அவன்கிட்ட

போயி நின்னா அதிலிருந்து தப்பிக்க ஆயிரம் வழி சொல்லிக்கொடுப்பான். பொண்டாட்டி இவனைவிடக் கேடி. இவன் பக்கத்துல படுத்திருக்கும் போதே வேற ஒருத்தனோட ஜோலி பார்த்துக்கிட்டிருப்பா. அவ கள்ளக் காதலன் ஒருத்தனைத்தான் முதல்ல இவன் தீர்த்துகட்டினான். அப்புறம் இவன்கூட பாட்னரா இருந்து கட்டை கடத்தனவனைப் போட்டுத்தள்ளினான். ஓடி ஓடி சம்பாதிச்ச சொத்த எல்லாம் இப்ப ரோபோ டாக் தொழிற்சாலைக்காக அரசாங்கம் எடுத்துகிச்சி. அந்த பணம்தான் இப்ப விளையாடுது. இவனுங்களால வீடுங்க, கடைங்களோட ரேட்டெல்லாம் கூடிப்போச்சி. தேவிடியாக்களும் ரேட்ட ஏத்திட்டாளுங்க. எந்த ஒயின் ஷாப்பிலேயும் நிம்மதியா உட்கார்ந்து குடிக்க முடியறதில்லை'' என்றார் ஐயர்.

இது குறித்து அவனுக்கு வருத்தம் இருந்தது. இது எங்கே போய் முடியும் என்று அவனுக்குத் தெரியவில்லை. மற்றவர்கள் பெரிதுபடுத்துவது போன்ற பிரச்சினையாகவும் தோன்றவில்லை. அவர்களுடைய நிலங்களை அரசாங்கம் கையகப்படுத்தாமல் போயிருந்தாலும் அவர்கள் இப்படித்தான் ஆகியிருப்பார்கள் என்றே நம்பினான்.

ஐயர் போன பின்பும், வெளியே போக அஞ்சியவன் போல வெகு நேரம் குடித்துக்கொண்டிருந்தான். பாரை மூட சிறிது நேரம் இருக்கும் போதுதான் அவன் ஒயின்ஸை விட்டு வெளியே வந்தான். செல்போனை எடுத்து நேரம் பார்த்தான், பதினொன்றை கடந்திருந்தது. கொஞ்சம் தூரம் நடந்ததும் மணி எங்கிருந்தோ ஓடி வந்து அவனுடைய கால்களை நக்கியது. அது காத்துக்கொண்டிருக்கும் என்பதை அவன் மறந்தே போய்விட்டான். அதற்காக எதையுமே அவன் கொண்டுவரவில்லை. அவன் வருத்தப்பட்டான். எல்லா கடைகளுமே மூடியிருந்தது. தெருவே வெறிச்சோடி

காணப்பட்டது. அவன் மதுவிடுக்குள் நுழையும் போது இருந்த ஊர் அவன் வெளியே வரும்போது மாறியிருந்தது. அதன் நிறம், மனம் எல்லாமேதான். பகலில் இந்த மாற்றம் இன்னும் துளாம்பரமாகத் தெரியும். பாரின் கதவைத் திறந்த உடன் முகத்தில் வந்து அறையும். அவன் முன்பு பார்த்த ஊர்தான் அது என்பதற்கு ஒரே அடையாளம் மணிதான். சில நாட்களில் அது திரும்பப் போய்விட்டிருக்கும். சில பொழுது அது போய்விட்டிருக்கும் என நினைத்துக்கொண்டு அவன் நடந்துகொண்டிருக்கும்போது எதாவது சந்திலிருந்து ஒடிவந்து அவன் அருகே பரபரப்புடன் நிற்கும்.

இரண்டு மூன்று மணி நேரம் அவனுக்காக அது வெளியே காத்திருக்கிறது. 'முட்டாள் நாயே' என்று திட்டத் தோன்றும் அவனுக்கு. எதற்காக இந்த பிணைப்பு? அவன் போடும் உணவுத்துண்டுகளுக்கா? அவன் எதையும் போடவில்லையென்றாலும் அது வருத்தப்பட்டது போல தெரியவில்லை.

மணி பின்தொடர பஜாரின் பிரதான வீதிக்கு வருகிறான். சோடியம் விளக்குகளால் அந்த பிரதேசமே மஞ்சள் நிற பூச்சில் தோன்றின. பிரகாசமான ஒளியில் மின்னும் விளம்பரப் பலகை ஒன்று கடையின் மேல் வைக்கப்பட்டுள்ளது. அது கூந்தல் சாய விளம்பரம். அதில் ஒரு யுவனும் யுவதியும் சல்லாப நிலையில் நிற்கின்றனர். அந்தப் யுவதியின் கேசம் நீல நிறத்திலும் யுவனின் கேசம் பொன் நிறத்திலும் மினுமினுக்கின்றன.

இந்த நகரத்துக்கு முதல்தடவை வரும் ஒவ்வொருவரும் இந்த வினோதப்போக்கைக் கண்டு ஆச்சர்யப்படாமல் இருக்க முடியாது. நகரத்தின் 90 சதவீத ஆண்களும் பெண்களும் கேசங்களுக்கு சாயம் பூசிக்கொள்வதுதான் அந்த வினோதம்.

நீலம், பச்சை, பொன், ஊதா, கரும் சிவப்பு இதில் ஏதாவது ஒரு வண்ணத்தை தங்கள் தலையில் பூசிக்கொள்பவர்களாக இருக்கிருக்கிறார்கள். இதெல்லாம் தொடங்கியது சில இளநரைக்காரர்களால்தான் என்பதில் சந்தேகமில்லை.

சிலர் தலைக்கு பூசும் சாயத்தையே தங்கள் அந்தரங்க பிரதேசத்திலும் பூசி அழகு பார்ப்பதாகவும் வதந்தி இருந்தது. அவனுடை ரகசியக் காதலி கூட தன் கூந்தலுக்கு நீலநிற சாயத்தை பூசிக்கொள்கிறாள். ஆனால் அந்தரங்கப்பகுதிக்கு அதை உபயோகிப்பதில்லை. அவனையும் சாயம் பூசிக்கொள்ளும்படி அவள் தொந்தரவு செய்துகொண்டிருக்கிறாள். பொன் நிற சாயம்தான் அவனுக்கு பொருத்தமாக இருக்குமென்கிறாள். இன்னும் அவன் அதற்குத் தயாராகவில்லை.

சைரன் ஒலி கேட்டு திடுக்கிட்டு நின்றான். ஒரு போலீஸ் ரோந்து வண்டி அவனுக்கு பின்னால் வந்துகொண்டிருந்தது. அது அவனைக் கடந்து சிறிது தூரம் போய், பிறகு பின்னால் நகர்ந்து வந்து அவனுக்கு அருகே நின்றது. போலீஸ் பற்றி அவனுக்கு பயம் இல்லையென்றாலும் ஏனோ பதற்றம் தோன்றியது.

''இந்நேரத்துக்கு இங்க ஏன் நிக்கிற?'' என்று கேட்டது ஒரு பெண் குரல்.

''வீட்டுக்கு போய்கிட்டிருக்கேன்'' என்றான்.

''எங்கிருந்து வர்றே?''

''ஹோட்டல்ல சாப்பிட்டு வர்றேன்''

''இந்த நேரம் வரைக்கும் என்ன சாப்பாடு?'' என்ற அந்த குரல் ''பக்கத்துல போயி விசாரிங்க'' என்று கட்டளை இட்டது.

ஒரு கான்ஸ்டபுல் வண்டியை விட்டு கீழே இறங்கி வந்தான்.

“உன் பேரென்ன?'' என்று கேட்டான் அவன்.

சொன்னான்.

“குடிச்சிருக்கியா?''

“ஆமாம்''

“எங்க?''

“கவுண்டர் ஒயின்ஸுல''

“வேலையோட குடிச்சிட்டு வீடு போயி சேராம, ஏன் ரோட்டை அளந்துகிட்டு போற? எங்க வேலை பாக்கிற?''

“சிவக்குமார் எலக்ட்ரானிக்ஸ்ல''

“குடிச்சிருக்காரா அய்யா, இங்க வரச்சொல்லு'' என்றது அந்த பெண் குரல்.

“எஸ்ஐ கூப்பிட்றாங்க பக்கத்துல போய் பதில் சொல்லு'' என்றான் அவன்.

ஜீப்புக்கு அருகில் போய் நின்றான். முன் சீட்டில் அந்த பெண் போலீஸ் அதிகாரி அமர்ந்திருந்தாள்.

“எத்தனை முறை சொன்னாலும் கேக்க மாட்டீங்களா? பத்தரை மணி வரைக்கும்தான் டைம். அதுக்கு மேல நடமாடக்கூடாதுன்னு எத்தனை முறை வான் பண்ணி யிருக்கோம். குடிச்சுட்டு ரோட்டுல நின்னு கலாட்டா பண்ணுவீங்க. இதுகெல்லாம் நாங்க பதில் சொல்லி கிட்டிருக்கனுமா? உங்களுக்கெல்லாம் இப்படி நல்ல மாதிரி சொன்னா ஏறாது, இரண்டு நாளு உள்ள வச்சாத்தான் சரிபட்டு வருவீங்க. வா வந்து வண்டியில ஏறு.''

“சாரி மேடம்'' என்றான் அவன்.

"தப்புன்னு தெரிஞ்சும் செய்யறீங்கன்னா, இவங்களால என்ன பண்ண முடியுங்கிற திமிர்தானே, வா வந்து உள்ள உட்கார்."

"மேடம், நான்தான் சாரி கேட்டுட்டேன. இனிமே இப்படி நடக்காது மேடம்"

"அந்த ஆள உள்ளே உட்கார வையுங்க" என்று அந்த பெண் கட்டளையிட்டாள்.

கான்ஸ்டபுள் அவனை கையை பிடித்து தள்ளிக்கொண்டு போய் பின் பக்க சீட்டில் உட்கார வைத்தான். வண்டி கிளம்பியது. அவன் இதற்கு மேல் எதுவும் பேசவிரும்பவில்லை.

5

அவனை அவர்கள் போலீஸ் ஸ்டேஷனுக்குள் கொண்டு போய் விட்ட போது தெருவில் நாடகம் போட்ட கோஷ்டியை இன்ஸ்பெக்டர் விசாரித்துக்கொண்டிருந்தார்.

கோமாளி வேஷம் போட்ட இளைஞன் மட்டும் நின்று கொண்டிருந்தான். அவன் நேர்த்தியாக ஆடை உடுத்தி யிருந்தான். ராஜா வேஷக்காரன், தவில்காரன், கணவன் மனைவியாக நடித்தவர்கள், இன்னும் இரண்டு மூன்று பேர் எல்லாம் கீழே உட்கார்ந்திருந்தார்கள்.

ஏற்கெனவே இன்ஸ்பெக்டரை அவனுக்குத் தெரிந்திருந்தது. ஒரு பிரச்சினைக்காக இரண்டு முறை மாவட்ட செயலாளரோடு அவரை பார்க்க வந்திருக்கிறான்.

இன்ஸ்பெக்டர் அந்த இளைஞனிடம் கேட்டார், "எல்லாம் நீங்களாகவேதான் செய்ஞ்சிங்க, வேற யாரும் உங்கள தூண்டி விடல?"

"இல்லை சார்" என்றான் அந்த இளைஞன்.

"யாருக்குக் காது குத்துறீங்க? நீங்களெல்லாம் யாரு, உங்கள யாரு தூண்டி விட்றாங்க, அவுங்க எவ்வளவு பணம் வாங்கினாங்க, உங்களுக்கு எவ்வளவு கொடுத்தாங்க எல்லா தகவலும் எங்களுக்குத் தெரியும்."

"நீங்க நினைக்கிற மாதிரி இல்லை சார். தொழிற்சாலையால என்னென்ன பிரச்சினைகள் வரும்ன்னு சொன்னோம் அவ்வளவுதான்."

"அப்ப அரசாங்கம் ஜெனங்களுக்கு கெடுதல் பண்ணுது, நீங்க நல்லது பண்றீங்க? கம்யூனிஸ்ட் கட்சிக்காரனே இதை கொண்டு வரனும்ன்னு ஒரே பிடிவாதமா இருக்கான். உங்களுக்கென்ன வந்தது? இத பாரு உன்கிட்ட விவாதம் நடத்த எனக்கு நேரம் இல்லை. டிஎஸ்பிக்கிட்ட பேசினேன். முதல் தடவைங்கிறதால எச்சரிக்கை பண்ணி விடச்சொல்லிட்டாரு. ஒரு பேப்பர்ல, இனிமே யாரு பேச்ச கேட்டுகிட்டும், இது மாதிரி சட்டத்துக்கு புறம்பாகவும், அரசாங்கத்துக்கு எதிராகவும் நாடகம் போட மாட்டோம்ன்னு எழுதி எல்லாரும் கையெழுத்து போட்டுக் கொடுங்க. பக்கத்திலேயே உங்க அப்பா பேரு, வீட்டு விலாசத்தையும் எழுதிக்கொடுங்க."

அந்த இளைஞன் எதுவும் பேசாமால், கீழே உட்கார்ந்திருந்த தன் தோழர்களைப் பார்த்தான். இதுவரை பீதி படிந்திருந்த அவர்களின் முகத்தில் சற்றே மலர்ச்சி காணப்பட்டது; குறிப்பாக அந்தப் பெண்.

"என்ன யோசனை. இது கூட டிஎஸ்பி சொன்னதாலதான். இல்லேன்னா வெடி குண்டு வைக்க சதி ஆலோசனை செய்ததா கேஸ் புக் பண்ணி உள்ள தள்ளியிருப்பேன்.''

"அவுங்ககிட்ட ஒரு பேப்பர் கொடுங்க'' என்று ரைட்டரைப் பார்த்து சொன்னார். பேப்பர் ஒன்றை எடுத்து இளைஞனிடம் கொடுத்தார் அவர். தயக்கத்துடன் அவன் அதை வாங்கிக்கொண்டான்.

"டேபிள் மேலயே வச்சி எழுது'' என்றார். அவன் உட்கார்ந்து எழுதத் தொடங்கினான்.

இன்ஸ்பெக்டரின் பார்வை அப்போதுதான் இவன் பக்கம் திரும்பியது. கொஞ்சம் யோசித்தவராக, "இன்னாத் தோழர், இந்த நேரத்துக்கு?'' என்று வியப்புடன் கேட்டார். அவன் தயங்கியவாறு நடந்து அவருடைய மேஜைக்கு எதிரில் போய் சிரித்தபடி நின்றான். அவன் உடல் கூசுவது போல இருந்தது. ஒரு கொலை செய்திருந்தால் கூட இப்படி அவமானப்பட்டிருக்கமாட்டான். அந்த இளைஞன் எழுதுவதை நிறுத்தி இவனை நிமிர்ந்து பார்த்தான்.

அவன் தயங்குவதைக் கண்டு, "சொல்லுங்க என்ன விஷயம்?'' என்றார்.

"ஹோட்டல்ல சாப்பிட்டு நடந்து வந்துகிட்டிருந்தேன். இந்த நேரத்தில என்னென்னு எஸ்ஐ இங்க கூட்டிகிட்டு வந்துட்டாங்க'' என்றான்.

"உட்காருங்க'' என்று அவர் சிரித்தார்.

அவன் உட்கார்ந்தான்.

"என் பேரை சொல்லியிருக்கலாமே, கட்சி பேரை சொல் லியிருந்தாக்கூட விட்டிருப்பாங்களே?''

அவன் சங்கடத்துடன் சிரித்தான்.

“குடிச்சிட்டு ரோட்டுல கலாட்டா பண்றாங்கன்னு நிறைய புகார் வந்தது. அதனாலதான் கொஞ்சம் கடுமையா நடந்துக்க வேண்டியிருக்கு. தப்பா எடுத்துக்காதிங்க. கொஞ்சம் வேலையோட சாப்பிட்டு வீட்டுக்கு போயிடுங்க. கண்ணன் தோழர் எப்படி இருக்காரு? ரொம்ப நாளாச்சி அவரைப் பார்த்து.”

“நல்லா இருக்காரு.”

“நீங்கதான் இது மாதிரி நாடகம் போட்டுகிட்டிருந்தீங்க. இப்ப பாருங்க யார் யாரோ போட்றான். இத்தனை தொல் லைகளையும் சம்மாளிக்க வேண்டியிருக்கு. நிம்மதியா தூங்கக்கூட முடியல.”

அந்த இளைஞனின் பக்கம் திரும்பி, “உன் பேர் என்னன்னு சொன்னே?” என்று கேட்டார்.

“மதிவாணன்” என்றான்.

“எழுதிட்டியா? எல்லார்கிட்டையும் கையெழுத்து வாங்கிக்கொடு. என்ன படிச்சிருக்கே?”

அந்த காகித்தத்தையும் பேனாவையும் உட்கார்ந்திருந்தவர்களிடம் கொடுத்தபடி சொன்னான் “எம்எஸ்சி”

“எம்எஸ்சியா, அப்புறம் உனக்கு எதுக்கு இந்த வேலை யெல்லாம்? வேற ஏதாவது வேலை பார்த்துகிட்டு போகவேண்டியதுதானே. உங்க அப்பா பேரு என்ன?”

“கணேசன்”

“என்னா வேலை செய்யறாரு?”

“அவரு இல்லை, செத்துட்டாரு”

‘‘வீட்டில வேற யாரு இருக்காங்க?’’

‘‘அம்மா மட்டுந்தான்’’

‘‘நீ நாடகம், போராட்டம்ன்னு ஊர மேய்ஞ்சிகிட்டிருந்தீன்னு அவுங்களுக்கு யாரு சோறு போட்றது?’’

அவன் தலை குனிந்தபடி மேஜையை பார்த்துக்கொண்டிருந்தான். கையெழுத்தாகி காகிதம் அவன் கைக்கு வந்தது. அதை அவரிடம் கொண்டுவந்து கொடுத்தான்.

வாங்கி படித்துப் பார்த்தார்.

‘‘நீங்க எல்லாம் காமராஜ் நகரத்துக்காரங்களா?’’ என்று கேட்டார்.

அந்த இளைஞன் ‘ஆமாம்’ என்று தலையாட்டினான்.

‘‘இவங்களுக்கெல்லாம் நீதான் லீடர். இவுங்கள வச்சி அரசாங்கத்துக்கு எதிரா புரட்சி பண்ணப்போற அப்படித் தானே?’’

அவன் எதுவும் பேசவில்லை.

‘‘போங்க. போய் ஒழுங்கா பொழப்பப் பாருங்க’’ என்று அவர்களை வெளியே அனுப்பி வைத்தார். அவர்கள் அங்கிருந்து கிளம்பிச் சென்றார்கள்.

‘‘கண்ணன் தோழர்கிட்ட நாளைக்கு என்ன வந்து பார்க்க சொல்லுங்க. ஒரு விவரம் கேட்கனும்’’ என்றார்.

‘‘சொல்றேன் சார்’’ என்றவாறு அவன் எழுந்தான்.

‘‘தப்பா நெனைச்சிக்காதிங்க. புதுசா ஜாயின்ட் பண்ண எஸ்ஐ அதனாலதான் உங்களத் தெரியல.’’

‘‘அதெல்லாம் ஒன்னுமில்ல சார். நான் வர்றேன் சார்.’’

அவன் அங்கிருந்து விடைபெற்றுக்கொண்டு கிளம்பினான். அந்த பெண் எஸ்ஐ வழி அருகே நின்றிருந்தாலும் அவனைக் கண்டுகொள்ளவில்லை. குடிகாரர்களுக்கு அந்த அம்மணி மன்னிப்பு வழங்குவதில்லையோ என்னவோ. அவன் குடித்திருந்தது நிச்சயம் இன்ஸ்பெக்டருக்கு தெரிந்திருக்கும் என்பதில் சந்தேகமில்லை. வாசனை காட்டிக்கொடுத்துவிட்டிருக்கும். நாளைக்கு தோழர் கண்ணனை சந்தித்தால் ஒருவேளை அவர் இது குறித்து புகார் சொன்னாலும் சொல்லலாம். அது ஒரு பிரச்சினை இல்லை. அவன் குடிப்பது அவருக்குத் தெரியும்.

6

இன்று அவன் பயணம் திரும்பத் திரும்ப ஒரே இடத்தில் மையம்கொண்டிருந்தது வினோதம்தான். அவனை ஜீப்பில் ஏற்றிய இடத்தை நோக்கி நடந்தான். அது சற்று நெருக்கமான சாலைதான் என்றாலும் அதன் வழியாகத்தான் பல கிராமங்களுக்கு நகரப் பேருந்துகள் சென்று வந்துகொண்டிருந்தன. எதிரும் புதிருமாக இரண்டு பேருந்துகள் வந்து சிக்கிக்கொண்டு தவிப்பதை பல முறை அங்கே அவன் பார்த்திருக்கிறான். தெரு விளக்குகள் எல்லாம் பழுதில்லாமல் எரிந்ததால் சாலை பளிச்சிட்டு நீண்டது. வேவ்வேறு அளவுகளில், அடர்த்தியில், திசையில் சாலையில் படிந்த அவனுடைய நிழலை கவனித்தபடி அவன் நடந்தான்.

என்னது அது? குறுக்கு சாலை சந்திக்கும் இடத்தில்...? அருகே சென்று பார்த்தான். சந்தேகமில்லை. தலை நசுங்கி

இறந்துகிடப்பது மணிதான். ஏதோ வண்டியின் சக்கரம் அதன் தலைமேல் ஏறிச்சென்றிருக்கிறது. அவன் உடல் பதறியது. அவனால் இதை நம்ப முடியவில்லை. போலீஸ் வேனை பின் தொடர்ந்து வரும்போதுதான் அது அடிபட்டு இறந்திருக்கவேண்டும்.

அதன் அசைவற்ற உடலையே பார்த்தபடி நின்றிருந்தான். இந்த அபத்தங்களை அவனால் எளிதாக கிரகித்துக் கொள்ளமுடியவில்லை. மரணத்துக்கும் அவனுக்குமான தூரம் நெருங்கிவிட்டது போல ஒரு பீதியுணர்வு தோன்றியது. இனியவனின் சடலத்தை பார்த்த போதுகூட இதே போன்ற உணர்வுதான் அவனுக்குள் மேலோங்கிவந்தது.

இப்போது என்ன செய்வது? அது நாய்தான் என்றாலும் அதை அங்கேயே விட்டுவிட்டுப் போக முடியுமா? அது அவன் தோழன் இல்லையா? அது அவன் கண்ணில் படாத வேறு இடத்தில் செத்துக்கிடந்திருந்தால் அவனால் செய்யக்கூடியது எதுவும் இல்லை. ஆனால் அதுவோ அவனுக்கு முன் இறந்து கிடக்கிறது. அதை எங்கேயாவது கொண்டு போய் புதைத்துவிட்டுத்தான் வீட்டுக்கு போகவேண்டும்.

ஆற்று மணலில் புதைக்கலாம். மண்வெட்டியோ கடப்பாறையோ இல்லாமல் அங்குதான் குழிபறிக்க முடியும். அதன் பின் கால்கள் இரண்டையும் சேர்த்து பிடித்துத் தூக்கினான். அதன் தலை சாலையைத் தொட்டு நின்றது. அதே நிலையில் அதை இழுத்துக்கொண்டு போக அவன் மனம் சம்மதிக்கவில்லை. முன் கால்கள் இரண்டையும் இன்னொரு கையில் சேர்த்து பிடித்து தூக்கினான். அதன் தலை துவண்டு கீழே தொங்கியபடி வர தூக்கிக்கொண்டு நடந்தான். சிதைந்து போயிருந்த அதன் வாயிலிருந்து ரத்தம் சொட்டிக்கொண்டு வந்தது.

பத்தடி நடந்ததிற்கே அவன் கைகள் சோர்ந்து போயின. ஆற்றுப் படுகையோ ஒரு பர்லாங் தூரம் இருந்தது. கொஞ்சம் தூரம் நடந்ததுமே இது ஆகாத காரியம் என்பதை உணர்ந்தான். அதை கீழே கிடத்திவிட்டு சுற்றிலும் பார்த்தான். கொஞ்சம் தொலைவில் குறுக்குத் தெரு திருப்பத்தில் குப்பைத்தொட்டி கண்ணில் பட்டது. அதில் போட்டுவிட்டால் நாளைக்கு குப்பை வண்டியில் தூக்கிப் போட்டுக்கொண்டு போய்விடுவார்கள். இது ஒன்றும் அவ்வளவு மோசமான யோசனையாகத் தோன்றவில்லை.

அந்த குப்பைத் தொட்டி இருக்குமிடத்தை நோக்கி நாயை தூக்கிக்கொண்டு போனான். அவன் நினைத்தது போல அது அவ்வளவு அருகில் இல்லை. அப்போது ஒரு சந்திலிருந்து நாயொன்று குரைத்துக்கொண்டே வந்தது. ஆனால் அருகே நெருங்கவில்லை. இப்போது அதன் உடல் பெரும் சுமை போல கணத்தது. முதலில் அதை எறிந்துவிட்டு இங்கிருந்து போய்விடுவதே உத்தமம் எனத்தோன்ற மணியின் பின் கால்கள் இரண்டையும் பற்றி தரையில் இழுத்துக்கொண்டு நடந்தான். அந்த நாய் பின்னாலிருந்தே குரைத்துக்கொண்டிருந்தது. அதற்கு பதில் தருவது போல வேறு தெருக்கலிலிருந்தும் நாய்கள் குரைத்தன. அதெல்லாம் ஒன்று சேர்ந்து வந்து தாக்குதல் தொடுத்தால்? வேகமாக அதை இழுத்துக்கொண்டுபோனான். இந்த நடு இரவில் ஒருவன் நாயின் பிணத்தை இழுத்துக்கொண்டு போவதை யாராவது பார்த்தால்? தன்னை ஒரு அபத்த நாடகத்தின் கதாநாயகனாகவே கற்பனை செய்துகொண்டான்.

பிளாஸ்டிக்கால் ஆன அந்த குப்பைத் தொட்டி உயரமாக இருந்தது. நாயை பலம் கொண்ட மட்டும் தூக்கி அதன் கரையில் வைத்து உள்ளே தள்ளினான். அது உள்ளே போய் விழுந்தது. அந்த இடத்தில் வீசிய துர்நாற்றம் அவனுக்கு

குமட்டலை ஏற்படுத்தியது. அங்கிருந்து அவசரமாக விலகி நடந்தான். குமட்டலை அவனால் சமாளிக்க முடியவில்லை. தெரு ஓரத்தில் போய் வாந்தி எடுத்தான். வயிற்றில் இருந்த எல்லாம் வெளியேறிவிட்டது. சோர்ந்து போனான். தண்ணீர் கிடைத்தால் வாய் கொப்பளித்திருக்கலாம். கொஞ்சம் ஆறுதலாக இருந்திருக்கும். மெல்ல நடந்தான். அங்கிருந்து பஜார் வீதி அருகில்தான் இருந்தது. கூந்தல் சாய விளம்பர பலகையில் ஆந்த ஆணும் பெண்ணும் அந்த நடு இரவையும் பொருட்படுத்தாது சிரித்துக்கொண்டிருந்தனர். ஏதோ பாரம் விலகியது போல இருந்தாலும், செத்த நாய், நாற்றம் வீசும் குப்பைத்தொட்டி எல்லாம் அவன் மேல் அசுத்தமாக படிந்திருந்தன.

7

பஜார் வீதியின் நடுவே ஆங்காங்கே மண் மேடுகள் எழுப்பப்பட்டிருந்தன. அதன் வழியே நடப்பது ஏதோ பிண மேடுகள் நிறைந்த சுடுகாட்டுக்குள் நடப்பது போல பீதியை ஏற்படுத்தியது. மணி கூட இருந்திருந்தால் ஆறுதலாக இருந்திருக்கும். இப்போது அது இல்லை. இனியவனைப் போல அதுவும் இறந்துவிட்டது. அவனை நேசித்த இருவருமே மரணத்தை தழுவிக்கொண்டுவிட்டார்கள். ஆகாய குதிரை கேட்டது போல அவர்கள் எல்லையற்ற வாழ்வொன்றில் ஐயக்கியமாகிவிட்டார்களா என்னவோ. இரண்டு மரணமுமே அவனை குற்ற உணர்வுக்கு தள்ளிக்கொண்டிருந்தன. அவர்களை பலி கொடுத்துவிட்டு பலியின் பலனை அவன் அனுபவிப்பது போல.

அவனுக்கு முன் சற்று தொலைவில் யாரோ ஒருவன் சைக்கிளில் வந்துகொண்டிருந்தான். நெருங்கி வரவர அவனை அடையாளம் தெரிந்தது. அந்த இளைஞன்தான். கையை காட்டினான். அவன் நின்றான். ஏன் அவனை வழி மறித்தோம் என்பது அவனுக்கு தெரியவில்லை. அவன் எதற்கு இந்த நேரத்தில் இந்த வழியாக வரவேண்டும்?

"உன் பேரு என்ன சொன்னே? மதியழகனா?"

"மதிவாணன் தோழர்"

"கொஞ்சம் இறங்கு. உன்கிட்ட கொஞ்சம் பேசனும்" என்றான்.

அவன் இறங்கினான்.

"காமராஜ் நகர்தானே"

"ஆமாம் தோழர்"

"ஏதாவது அமைப்பில இருக்கியா?"

"இல்லை தோழர்."

"அப்ப அவுங்க எல்லாம் யாரு?"

"யாரை கேட்கிறீங்க?"

"உன்கூட நாடகம் நடிக்க வந்தாங்களே அவுங்க"

"அவுங்க என்னோட பிரண்ட்ஸ்"

"அந்த பொம்பளக்கூடவா?"

"அது பிரண்டோட அக்கா"

"என்னை தெரியுமா உனக்கு?"

"தெரியும் தோழர். நாளைக்கு பேசிக்கலாம் தோழர். வீட்டுக்குப் போயி சாப்பிடனும்" என்றான் அவன்.

“எப்படி தெரியும்ன்னு சொல்லிட்டு போ”

“மன்னிச்சிக்குங்க தோழர். தெரியும் அவ்வளவுதான். உங்கள தெரிஞ்சிருக்கிறது தப்பா?”

“இதுக்கு முன்ன உன்னை எங்கெயும் பார்த்தில்லையே”

அவன் எதுவும் பேசவில்லை.

“சொல்ல மாட்டியா?”

“அது ஒரு முக்கியமான விஷயமே இல்லை தோழர். பசிக்குது தோழர். காலையில சாப்பிட்டுட்டு வந்தது. நாடகம் முடிஞ்சி சாப்பிடலாம்ன்னு இருந்தோம். அதுக்குள்ள போலீஸ் வந்து கூட்டிக்கிட்டு போய்ட்டாங்க. ஓட்டலும் இல்லை. வீட்ல போய்தான் சாப்பிடனும்.”

“உன்ன திரும்ப பார்க்க முடியும்ன்னு தோணல. ரோபோ டாக் தொழிற்சாலை பத்தி யாரு உனக்கு சொல்லிக்கொடுத்தது?”

“படிச்சி தெரிஞ்சிகிட்டதுதான் தோழர்.”

“எங்க படிச்சே? எந்த புஸ்தகத்துல போட்டிருந்தான்?”

“இன்டர்நெட்ல”

“இந்த ஊருக்கு தொழிற்சாலை வந்தா ஊரே அழிஞ்சி போயிடும்ன்னு அதல போட்டிருந்தானா?”

இந்த கேள்வியை எதிர்ப்பார்க்காதவன் போல அவன் அமைதியானான்.

“சொல்லு தம்பி, நீ ஜெனங்கள காப்பாத்தனும்ன்னு நினைக்கிற, நாங்க அழிக்கனும்ன்னு நினைக்கிறோமா? எங்க கட்சிய பத்தி உனக்கு என்ன தெரியும்ன்னு நக்கல் பண்ற? நீ எதை வேணும்ன்னாலும் பேசுவ, அதை கேட்டுகிட்டு போவனுமா? என்னைத் தெரியும்ன்னியே என்ன தெரியும்?

ராவும் பகலுமா துப்பாகியோட திரிஞ்சவங்க நாங்க. நீ இன்னிக்கி வந்த பையன். ஏதாவது வேலை கெடைச்சிட்டா, எது குட்டிச்சுவரா போனா எனக்கு என்னன்னு நீ போயிடுவே. ஆனா நாங்க வாழ்க்கையே அதற்காக அர்ப்பணிச்சிட்டு வேலை செய்றோம். ஜனங்களுக்கு எது நல்லது கெட்டதுன்னு எங்களுக்குத் தெரியும்.''

"எதுவா இருந்தாலும் நாளைக்கு பேசிக்கலாம் தோழர். எங்க வரட்டும்ன்னு சொல்லுங்க. அங்க வர்றேன். இப்ப வீட்டுக்கு போங்க.''

அவனுடைய சைக்கிளின் ஹேண்டில் பாரை பிடித்துக்கொண்டு சொன்னான், "நாளைக்கு என்ன நாளைக்கு. உன்கிட்ட என்ன உறவு வேண்டியிருக்கு? இப்ப பேசு. குடிகாரன்கிட்ட என்ன பேச்சின்னு நினைக்கிறியா?''

"இல்லை தோழர். அப்படியெல்லாம் நினைக்கில தோழர்''

"சாந்திரத்தில இருந்து உள்ளுக்குள்ள கொதிச்சிகிட்டிருக்கேன். இன்ஸ்பெக்டர் உங்கள மன்னிச்சி விட்டுட்டாரு. ஆனா நான் மன்னிக்க மாட்டேன். இதையெல்லாம் முளையிலேயே கிள்ளி எரிஞ்சாத்தான் சரிபட்டுவரும். அவருக்கு உங்கள பத்தி தெரியல. ஆனா எங்களுக்குத் தெரியும். உங்க காமராஜ் நகரத்துல எத்தனை தொண்டு நிறுவனங்கள் இருக்குத் தெரியுமா?''

"தோழர் என்ன நீங்க தப்பா புரிஞ்சிகிட்டிருக்கீங்க.''

"யாராவது காதுல பூவச்சிருப்பான் அவன்கிட்ட சொல்லு. காலையில இருந்து பட்டினிகிடக்கிறியா? யாருகிட்ட ரீல் சுத்தற?''

"தோழர், இங்க பாருங்க, அனாவசியமா பேசாதீங்க. உங்களப் பத்தி வேறே மாதிரி கற்பனை பண்ணிகிட்டு இருந்திட்டேன்.

அது என் தப்புதான். அந்த மரியாதையிலதான் இவ்வளவு நேரமா நின்னு பேசிகிட்டிருந்தேன். எதுக்கு வீணா சண்டை போட்டுக்கனும். நான் கிளம்பறேன்'' என்று சைக்கிளை தள்ளிக் கொண்டு நகர்ந்தான்.

ஹேண்டில் பார் அவன் கையிலிருந்து நழுவிச் சென்றது. அச்செயலை தனக்கு நேர்ந்த பெரிய அவமரியாதையாக கருதினான். கேரியரை பிடித்து இழுத்து சைக்கிளை நிறுத்தினான். எதுவும் பேசாமல் கோபமாக அவனையே முறைத்துப் பார்த்தான். அவனோ சைக்கிளை அப்படியே விட்டுவிட்டு வேகமாக நகர்ந்தான். சைக்கிள் கீழே விழுந்தது. அவன் விறைப்பாக நடந்து சென்று ஒரு கடை படிக்கட்டில் உட்கார்ந்தான்.

அவனுக்கு மேலும் இது ஆத்திரத்தை மூட்டியது. சைக்கிளை பலம் கொண்ட மட்டும் எட்டி உதைத்தான். விரல்களில் பலமான அடிவிழுந்தது. இதற்கு மேல் என்ன செய்வதென்று விளங்காதவனாக நொண்டியபடி அவனருகே போய் நின்றான். அவனுடைய எதிர்ப்பற்ற நிலை அவனை மேலும் ஆத்திரமூட்டியது.

அவன் கேட்டான், *"என்னை என்ன பைத்தியக்காரன்னு நெனைச்சியா?''*

நேராகப் பார்க்க விருப்பமற்றவன் போல தலையை குனிந்தபடி உட்கார்ந்திருந்தான் அவன்.

"வாயைத் தெறக்க மாட்டியா? பெரிய அறிவாளின்னு நெனப்பா உனக்கு?''

அவன் அதே நிலையில் அமர்ந்திருந்தான்.

கோபம் அதிகம் இருந்தாலும் அவனைத் தாக்கும் எண்ணம் துளிகூட இல்லை. அவனை வீழ்த்தும் அளவுக்கு ஏதாவது

பேசவேண்டும், இல்லையென்றால் தனது தோல்வியை ஒப்புக்கொண்டவன் போல அங்கிருந்து கிளம்பிப் போகவேண்டும். என்ன செய்வதென்று புரியாமல் அவனுக்கு பக்கத்திலேயே உட்கார்ந்துவிட்டான்.

இருவரும் எதுவும் பேசாமல் சிறிது நேரம் உட்கார்ந்திருந்தார்கள்.

அவன் சொன்னான், "நீங்க அப்பாவிங்கதான், உங்களுக்கு பின்னாடி இருந்து யாரோ ஏவி விட்றாங்க. யோரோ உங்களுக்கு ட்ரெய்னிங் குடுக்கிறாங்க. யாரோ உங்கள ஆடவுட்டு வேடிக்கை பார்த்துகிட்டு இருக்கான்.''

"தோழர் அந்த இன்ஸ்பெக்டர் மாதிரியே நீங்களும் பேசாதிங்க. எங்கள யாரும் பின்னாடி இருந்து ஆட்டவும் இல்ல தள்ளவும் இல்லே. நல்லது எது கெட்டது எதுன்னு எங்களுக்குத் தெரியும். நீங்கதான் குழம்பிப் போயிருக்கீங்க. உங்க தலைமை என்ன சொல்லுதோ அதை கடவுளோட வாக்கா நம்பறீங்க. நீங்களா யோசிக்க வேண்டிய அவசியமில்லைன்னு நினைக்கிறீங்க. ரோபோ டாக் தொழிற்சாலை இங்க எதுக்கு வருதுன்னு தெரியுமா? வீட்டுக்குத் தெவையான ரோபோவை மட்டும் அவுங்க செய்யப் போறதில்லை. போருக்கான ரோபோவையும் அங்க செய்யப் போறாங்க. அரசோட முக்கிய நோக்கமே போருக்கான ரோபோ செய்யறதுதான். ஆள் போக முடியாத இடத்தில எல்லாம் இந்த ரோபோக்கள் போயி வேவு பார்க்கும், எதிரிகளைத் தாக்கி அழிக்கும். கொலை அயுதங்களை கொண்டு போகும். தீவிர வாதிங்க பதுங்கி இருக்கிற இடங்கள கண்டுபிடிச்சிக்கொடுக்கும்.

ராணுவத்துக்கு ரோபோ செய்யப்போறோம்ன்னு சொன்னா, ஆதரவு கிடைக்காதுங்கறதாலதான், வீட்டு உபயோகத்துக்கான ரோபோவையும் செய்யறாங்க. இதைவிட பெரிய தமாஷ் என்னென்னா விலை கட்டுபடியானா, இந்த ரோபோக்களை

இலவசமாவே கொடுக்கப் போறதா நம்ம முதல்வர் அறிக்கை விட்றார். அதன்கூடவே ஒரு தூக்குக்கயிறையும் இலவசமாக கொடுத்திடலாம். நம்மகிட்ட கொஞ்சம் நஞ்சம் இருக்கிற மனிதத் தன்மையையே அது உறிஞ்சி எடுக்கப் போகுது. ஏற்கெனவே நாம டிவி, பிரட்ஜி, வாஷிங் மெஷின், ஏசின்னு இயந்திரங்களுக்கு நடுவுலதான் வாழ்ந்துகிட்டிருக்கோம். இந்த ரோபோவும் வந்துட்டா நாம வீட்டுக்குள்ள நடமாடக்கூட தேவை இருக்காது. ஒரு அலங்கார பொம்மை மாதிரி ஷோபாவில் உட்கார்ந்துக்க வேண்டியதுதான். நமக்கு நாய், பூனை மாதிரி வளர்ப்பு மிருகங்கள் தேவைப்படாது. உயிர் கருணை நம் உடம்பிலிருந்து சுத்தமா ஆவியாகிடும்…"

இதென்ன புதுக்கதை என அவன் துணுக்குறவே செய்தான். எல்லாவற்றையும் இவன் மிகைப்படுத்துகிறானோ என்ற குழப்பம் எழுந்தது. எதுவும் பேசாமால் சிறிது நேரம் உட்கார்ந்திருந்தான்.

"இதோ பாரு, உன் பேரு என்ன சொன்னே? மணி மாறன்தானே?"

"மதிவாணன்"

"உங்க அப்பா பேரு?"

அவன் உடனே பதில் சொல்லவில்லை.

"இதோ பாரு எங்கிட்ட விளையாட வேணா. நான் யாருன்னு உனக்கு தெரிஞ்சிருக்கு… "

இவனுடைய பதற்றத்தை அவன் பெரிதுபடுத்தவில்லை. ஆனால் அவன் தன்னைப் பற்றி சொல்ல விரும்பினான்.

"உங்களுக்கு தோழர் கணேசனைத் தெரியுமா?"

அவனுக்கு ஞாபகம் வரவில்லை.

“அவர்தான் எங்க அப்பா. இயக்கத்தில உங்கப்பா கூட இருந்தவர்தான் அவரும். எனக்கு ஒன்பது வயசு இருக்கும் போதே அவர் செத்துட்டாரு. எங்க அப்பா இருக்கும் போது தோழர் அடிக்கடி எங்க வீட்டுக்கு வந்துட்டு போவாரு. அப்பா செத்த பிறகு அவர்தான் எங்க குடும்பத்துக்கு நிறைய உதவி பண்ணார். அம்மா உங்களப்பத்தி அடிக்கடி விசாரிப்பாங்க.”

சிறிது நேரம் அவன் அமைதியாக இருந்தான். மேலும் சொல்வதற்கு தயங்கியது தெரிந்தது.

“எங்கம்மா அவர இன்னிக்கும் கடவுள் போல மதிக்கிறாங்க. எனக்கு இலக்கியம், அரசியல்ன்னு ஈடுபாடு ஏற்பட்றதுக்கு அவர்தான் காரணம்.”

இதையெல்லாம் அவனால் நம்ப முடியவில்லை. அவன் கொஞ்சம் நெகிழ்ந்துதான் போனான். அவன் அப்பா போல நிறைய தோழர்களை அவன் பார்த்திருக்கிறான். அவர்கள் எல்லாம் அவன் வீட்டுக்கு வருவார்கள். கட்சி அலுவலகத்து அவரோடு போகும்போது பார்த்திருக்கிறான்.

“ஓகே. நாளைக்கு பேசுவோம். நீ போயி சாப்பிடு. சிவக்குமார் எலக்ட்ரானிஸ் தெரியுமா?”

“தெரியும் தோழர்.”

“நாளைக்கு சாய்ந்திரம் அங்க வா” என்றான். அவன் சைக்கிளை எடுத்துக்கொண்டு போகும் வரை அங்கேயே உட்கார்ந்திருந்தான். சைக்கிளில் ஏதோ உரசல் சத்தம் கேட்டது. கொஞ்ச தூரம் போய் நிறுத்தி அதை அவன் சரி செய்துகொண்டு போவது வரை உட்கார்ந்திருந்தான். பிறகு எழுந்து நடந்தான். போதை இறங்கிவிட்டது போலிருந்தது. அவன் உடல், மனம் எல்லாம் தன்னிலைக்கு திரும்பியிருந்தது. அவனுக்குள் கடினமாக உட்கார்ந்திருந்த ஒன்று பாகாகி உடல் முழுவதும் பரவியது போல இருந்தது.

8

அவனுடைய அறைக்கு வந்து சேர்ந்தான். கதவை திறந்த போது ஓடிக்கொண்டிருந்த டிவி அவனை திடுக்கிடச் செய்தது. அறையை விட்டுப் போகும் போது மின்சாரம் தடைபட்டிருந்ததால் அதை நிறத்தாமலேயே விட்டிருக்கிறான். அதை அவசரமாகப் போய் நிறுத்தினான். அது முழுமையான டிவியே இல்லை. படம் தெரிவதற்காக ஒரு பிக்சர் டியூபையும், சத்தம் வருவதற்காக ஒரு ஸ்பீக்கரையும் சர்க்கியூட் போர்டில் இணைத்திருந்தான். சிறுவன் அறைக்கு வந்தால் அங்கே போகாதே என்று எச்சரித்துக்கொண்டே இருப்பான்.

தண்ணீர் ஜாக்கைப் பார்த்த போதுதான் நாக்கும், தொண்டையும் வறண்டு போயிருந்தது தெரிந்தது. தண்ணீரை குடித்துவிட்டு சிறிது நேரம் கட்டிலில் உட்கார்ந்தான். அவன் பிரக்ஞை முழுக்கவும் அந்த இளைஞனின் உருவம் நிறைந்திருந்தது அவனுடைய அறிவு, செயல்பாடு எல்லாம் பதினைந்து வருஷங்களுக்கு முன் அவன் எப்படி இருந்தானோ அதை ஞாபகப்படுத்தியது. 'உன்னிடம் ஏதோ சரியில்லை' என்றது அது. ஆனால் அடிப்படை என்னவென்பது அவனுக்குத் தெரியும். அதில் அவனுக்கு எந்த சந்தேகமும் இல்லை. அந்த ஆதாரத்திலிருந்துதான் அவனால் செயலாற்ற முடியும். அது அவனை வழிதவற விடாது என்ற நம்பிக்கை அவனிடம் திடமாக இருந்தது. கொஞ்சம் நிதானப்படுத்திக் கொள்ளவேண்டும், யோசிக்க வேண்டும். ஆனால் அவன் மனம் ஏதோ பதற்றத்தில் இருந்தது. இதிலிருந்து அவனை

விடுவித்துக்கொள்ள இருந்த ஒரே மருந்து அவள்தான். அவள் அவனுக்காக காத்திருப்பாள்.

அவசரமாக லுங்கிக்கு மாறினான். குளியலறைக்கு போய் முகம், கைகால் கழுவினான். குளிப்பதற்கு இப்போது அவகாசம் இல்லை.

மொட்டை மாடிக்குப் போனான். வானம் மேகங்களற்று வெளிச்சத்தோடு பரந்திருந்தது. சுற்றிலும் ஒரு முறை பார்த்தான். யாரும் இருப்பது போல தெரியவில்லை. இந்த நேரத்தில் யார் அவனை கண்காணிக்கப் போகிறார்கள்? அவள் வீட்டின் மொட்டை மாடிக்கதவு திறந்திருப்பது தெரிந்தது. அவள்தான் அதைத் திறந்து வைத்திருக்கிறாள்.

கைப்பிடிச் சுவரைத் தாண்டி மெல்ல நடந்தான். படி வழியே இறங்கி கதவை லேசாகத் தட்டிவிட்டு காத்திருந்தான். மீண்டும் தட்டப்போகும் சமயத்தில் தாழ்ப்பால் விலகும் சத்தம் கேட்டது. அவள் கதவைத் திறந்தாள். அவள் தூங்கவில்லை. அவனுக்காக காத்திருந்திருக்கிறாள்.

‘‘சாரி, நேரமாயிடுச்சி’’ என்றான். அவள் சிரித்தாள். அவள் கதவை தாழிட்டுவிட்டு வந்து பாத்ரூம் பக்கம் போனாள். மங்களான விளக்கொளியில் அவனுடைய குட்டி நண்பன் கீழே பாயில் படுத்துத் தூங்கிக்கொண்டிருந்தான். அவன் தலைமேட்டில் அந்த ரேடியோ ரிசீவர் இருந்தது. அவனையே கொஞ்சம் நேரம் நின்று பார்த்தான். ஏனோ அந்த இளைஞன் திரும்பவும் ஞாபகத்துக்கு வந்தான்.

அவள் பாத்ரூம் போய்விட்டு வந்தாள். அவன் அங் கிருந்து அகன்று, படுக்கை அறைக்குள் நுழைந்தான். சட்டையை கழட்டி விட்டு வெறும் உடம்புடன் அவளை அணைத்துக்கொண்டான். அவளுடைய மார்பின் மேல் தலைவைத்து அழுத்திக்கொண்டான்.

அவனுடைய தழுவலில் மென்மை கலந்திருந்தது. அவனுடைய விரல்களில் வழக்கமாக இருக்கும் அத்துமீறல் இல்லை. ஏதோ ஒரு கலக்கமான மன நிலையில் இருக்கிறான் என்பதாக அவள் புரிந்துகொண்டிருக்கவேண்டும். ''ஏன் என்ன ஆச்சு?'' என்று கேட்டாள். அவன் எதுவும் சொல்ல வில்லை. செல்போனில் அவளிடம் பேசும் போது சிலவற்றை அவன் சொல்லியிருந்தான். என்றாலும் அவை மேம்போக்கான தகவல்தான். எல்லாவற்றையும் எப்படி அவளுக்கு புரிய வைக்க முடியும்? அவளுடைய அணைப்பும் ஆறுதலும்தான் இப்போது அவனுக்கு வேண்டியிருந்தது. உடலுறவுக்கான வேட்கை சிறிதும் அவனிடம் இல்லை. ஆனால் அவளோ தனது உடைகளை கலைந்துவிட்டு படுக்கையில் உட்கார்ந்தாள். அவன் அவளுக்கு அருகே உட்கார்ந்து அவளை அணைத்துக்கொண்டான். சாய்ந்து அவளுடைய மடியில் முகம் புதைத்துக்கொண்டான். அவன் நாசியில் படிந்த அடிவயிற்றின் வாசனை அவனுக்குள் எந்த கிளர்ச்சியையும் ஏற்படுத்தவில்லை. அவள் சற்றே பின்னுக்கு நகர்ந்து படுக்கையில் மல்லாந்த நிலையில் படுத்தாள். அவன் அவளுக்கு அருகே படுத்து அவளை இருக அணைத்துக்கொண்டான். இந்த நிலை அவனுக்கு இதமாக இருந்தது. அதை கலைக்க மனம் இல்லாமல் அப்படியே இருந்தான். அது அவளுக்கு வியப்பை ஏற்படுத்தியது.

''நாடகம் போட்டதாகச் சொன்னீங்களே அவுங்களோடு ஏதாவது தகராறா?'' என்று கேட்டாள் அவள்.

இல்லை என்று தலையாட்டினான். அவனுடைய பதில் இப்போது அவசியமில்லை என்பது போல, அவள் அவன் பக்கமாக திரும்பிப்படுத்து அவன் முகத்தை மார்பில் அழுத்திக்கொண்டாள். அதில் அவள் அழைப்பை உணர்ந்தான். அவனை வேறு பிரதேசத்துக்கு அழைத்துச்செல்லும்

பொறுப்பு இருந்தது அதில். அவளுடைய விருப்பத்தை நிராகரிக்க அவனுக்கு மனமில்லை. தனக்குள் ஏன் இப்படி மூழ்கிக்கிடக்கவேண்டுமென்ற கேள்வியும் எழுந்தது. வெளிவந்து அவளோடு கலந்தான். சிறு முணைப்பு, இயக்கம், உடல்களின் ஊடுருவல், கரைதல் அவ்வளவுதான். அதில் ஆவேசம் இல்லை.

அவளை அணைத்தபடி படுத்திருந்த வேளையில் அவளிடம் கேட்டான், "நாம மூணு பேரும் வேற ஏதாவது ஊருக்கு போயிடலாமா?''. தினம் இதே கேள்வியை தனக்குள் அவளும் கேட்டுக்கொண்டுதான் இருக்கிறாள். ஆனால் இன்று அவன் கேட்டது வேறு உணர்வோடு, ஆற்றாமையோடு வெளிப்பட்டது. அவள் இந்த கேள்வியை நிராகரிக்கவோ, ஏற்றுக்கொள்ளவோ இல்லை. உண்மையில் அவளிடம் இதற்கு தீர்வென்று எதுவும் இல்லை. காலம் அதை தீர்மானிக்கும் என்று விட்டுவிட்டவளாக இருந்தாள்.

அவளுடைய பதிலை பெறாமலேயே அங்கிருந்து அவன் கிளம்பி வந்தான். நேராக குளியல் அறைக்குச் சென்று குளித்தான். அந்த குளியில் எல்லாவற்றையும் ஒரு முடிவுக்கு கொண்டுவந்துவிடுமா என்ன?

9

பாயை எடுத்துக்கொண்டு மொட்டை மாடிக்கு வந்து படுத்தான். நடு இரவை தாண்டியிருந்ததால் குளிர் சற்றே

உரைக்கத்தொடங்கியிருந்தாலும் அது அவனுக்கு இதமாக இருந்தது. அவன் பார்வைக்கு முன் வானம் விரிந்திருந்தது. பகலில் கண்ட விலங்கு உருவங்களோ, வண்ணங்களோ இல்லை. இருள் எல்லாவற்றையும் மூடி நட்சத்திரங்களை இறைத்து வைத்திருந்தது. இந்த வானத்தைப் போல இல்லாமல் மனம் மட்டும் எப்போதும் வெளிச்சத்துடன் காணப்படுவதுதான் அவனுக்கு வருத்தத்தை அளித்தது. விழித்திருக்கும் போதெல்லாம் அந்த வெளிச்சத்தையே காணவேண்டியிருக்கிறது. ஒரு வேளை நாம் இறந்தால்தான் அதில் இருள் கவியும் போலும். அந்த தாங்க முடியாத வெளிச்சத்தை வெறுத்துத்தான் சிலர் தற்கொலை தேர்ந்தெடுக்கிறார்களோ என்னவோ. குடிக்கும் போது நம்மில் வந்து கவிவது ஒரு தாற்காலிக இருள்தானா? என்று அவன் கேட்டுக்கொண்டான். சில நேரத்தில் போதை ஒளியைப் போல அல்லவா நம்மில் பாய்கிறது, அதை எப்படி இருளோடு ஒப்பிட முடியும்?

இந்த சிந்தனைக்கு முற்றுப்புள்ளி வைத்தான். இதைவிட முக்கிய பிரச்சினைகளைப் பற்றி அவன் யோசிக்க வேண்டியிருந்தது. அவன் கேட்ட கேள்விக்கு அவள் பதில் சொல்லவில்லை. அவனும் திட்டமிட்டு கேட்கவில்லை. இந்த கேள்வி அவனை ஆசுவாசப்படுத்தும் என்றும், விடுதலை அளிக்கும் என்றும் நம்பியதுதான் காரணம். இயக்கத்தில் இருக்கும் போதுகூட அவனுக்கென்று தெளிவான ஒரு இலக்கு இருந்தது. ஆனால் இப்போது அவன் குழம்பிப்போயிருக்கிறான். எதுவும் முழுமை கொள்ளவில்லை. அவனைப் பொறுத்த எல்லாம் நிறைவற்று அல்லாடிக்கொண்டிருந்தன. அவனுடைய சொந்த வாழ்க்கை, அவன் சார்ந்த கட்சி, இன்று அந்த இளைஞன் கிளம்பியிருக்கும் புதுப் பிரச்சினை, ரகசியமான இந்த காதல்... அவன் மகன் மூலம்தான் அவள் நெருங்கி

வரத்தொடங்கினாள். அவளுடைய கணவன் இறந்து நான்கு ஆண்டுகள் முடிந்த நிலையில், அந்த இழப்பை தன் வாழ்க்கையில் நடந்த சிறு விபத்து போல ஞாபகம் கொள்பவளாக மாறியிருந்த வேளையில்தான் அவளை அவன் சந்தித்தது. அவனை ஏற்றுக்கொள்வதில் அவளுக்கு தயக்கம் இருக்கவில்லை.

அவனுடைய கேள்விக்கு அவள் பதில் சொல்லாமல் போனதற்கான காரணம் அவனுக்கு தெரிந்ததுதான். தன்னுடைய கணவனின் குடும்பத்திலிருந்து முற்றாக அவளால் துண்டித்துக்கொள்ள முடியவில்லை. அவளுடைய கணவனுக்கு பங்காக வந்த மாடி வீட்டில்தான் இப்போது அவள் குடியிருக்கிறாள். கீழ் வீட்டில் அவளுடைய மாமனார், மாமியார், அவளுடை கணவனின் தப்பி குடும்பம் எல்லாம் இருந்தது. ஒரு ரெடிமேட் துணிகள் தாயாரிப்பு கம்பெனியில் அவள் டைலராக வேலை பார்த்தாள். அதில்தான் குடும்பத்தை நடத்தினாள். இப்படியே காலத்தை ஓட்டிவிடலாம் என்பதே அவளுடைய முடிவாக இருந்தது. அவனை திருமணம் செய்துகொண்டால் அந்த வீட்டிலிருந்து அவள் வெளியேற வேண்டியிருக்கும். அவனுகோ சொந்தமாக வீடு இல்லை, நிரந்தர வேலை இல்லை. முடியும் மட்டும் இப்படியே நாட்களை கடத்திவிடலாம். பிறகு நடப்பது நடக்கட்டும் என்பது அவளது முடிவு.

உற்சாகம் தராத கலவி, இளைஞனுடன் நடந்த தகராறு, நாயின் நசுங்கியத் தலை, போலீஸ் ஸ்டேஷன், நாடகம், குப்பைகளை தின்னும் ரோபோ டாக் போருக்கான ரோபோவாக மாறிய பயங்கரம், தூக்குக்கயிற்றை இலவசமாக தரலாம் என்ற அவன் யோசனை... அன்று நடந்த விஷயங்கள் எல்லாம், சிக்கலுற்ற ஒரு சுருள் போல ஞாபகத்துக்கு வந்தன.

ஆபூர்வமாக வந்து போகும் ஆகாய குதிரை இன்று அவன் கனவில் வந்தால் இதமாக இருக்குமென்று தோன்றியது. அதன் மேல் ஏறி சிக்கல்கள் நிறைந்த இந்த பூமியை விட்டு விலகி வானில் வட்டமிடலாம். அந்த குதிரையை அவன் தனது குழந்தைப் பருவத்திலிருந்து பத்திரப்படுத்திக் கொண்டு வந்திருந்தான். அப்போது அவன் கேட்ட ஒரு தேவதைக் கதையிலிருந்து பறந்து வந்து அவனை ஆகர்ஷித்துவிட்டிருந்தது அது.

விடியற்காலையில் விழிப்பு ஏற்படும்வரை கனவுகளோ, ஆகாய குதிரையோ எதுவும் வரவில்லை. ஆனால் போர்வையை எடுத்து இறுக மூடிக்கொண்டு திரும்பவும் அவன் தூங்கத்தொடங்கியதும், காத்திருந்தது போல சில கனவுகள் வந்தன.

மொட்டை மாடியின் கைப்பிடிச்சுவர் மேல் தனியாக உட்கார்ந்து அந்த சிறுவன் ரேடியோ ரிசீவரை திருகிக்கொண்டிருக்கிறான். அதில் யாரோ ஒருவன் புரியாத மொழியில் பேசுவது கேட்கிறது. ஏதோ பொதுக்கூட்டத்தில் பேசுவது போல ஜெனங்களின் இரைச்சல். அவன் சிறுவனிடம் கேட்கிறான், ‘அது இனியவனின் குரல்தானே?’ சிறுவன் சொல்கிறான், ‘அது எங்க டாடியோட குரல்.’ ‘அதை இப்படிக் கொடு.’ வாங்கி அவன் திருகத்தொடங்குகிறான். சக்கரம் சதுரமாக மாறியிருக்கிறது. அது நழுவிச்சுழல்வதற்கு பதில் தடுக்கிச் சுற்றியது. ஒரு அளவுக்கு மேல் அதைத் திருக முடியவில்லை. பலம்கொண்ட மட்டும் திருப்ப, அது சட்டென்று வழுக்கி நின்றது. அதிலிருந்து நாயொன்று குரைக்கும் சத்தம் கேட்கிறது.

இன்னொரு கனவு இவ்வளவு துல்லியமாக இல்லை. அந்த கோமாளி வேஷம் போட்ட இளைஞன் இறந்த நாயை தனது

சைக்கிள் கேரியரில் கட்டி எடுத்துக்கொண்டு போகிறான். தொங்கிய அதன் தலையிலிருந்து ரத்தம் வழிந்து கொண்டு செல்கிறது.

இன்னொரு கனவொன்றில் இருள் மூடிய ஒரு நகரத்தின் மேல் பறவைகள் பறந்து போய்கொண்டிருக்கின்றன. அவனுடைய ஆகாய குதிரைதான் சிதறி பறவைகளாகிவிட்டதோ என்ற சந்தேகத்தை எழுப்பியபடி, பிரகாசமான ஒளிப் புள்ளிகள் போல, நீண்ட வரிசையில் குழு குழுவாக அவை பறந்து செல்கின்றன. அதற்கு எதிர் திசையில் வானத்தில் ஒளியால் வரையப்பட்ட ஒரு நாய் உருவம் தென்படுகிறது. பிரமாண்டமான அந்த நாய் நகரத்தை பார்த்தபடி பிரகாசத்துடன் கால்மடக்கி படுத்திருக்கிறது. அதன் கண்களாக பொருத்தப்பட்டிருந்த இரண்டு சிகப்பு நிற ஒளிப்புள்ளிகள் பீதியூட்டும்படி மின்னிக்கொண்டிருக்கின்றன.